வேகமாகப் படிக்க சில எளிய உத்திகள்

டாக்டர் ம. லெனின்
M.com., M.A., (Jnlsm.) PGDJMC, Ph.D.,

சிக்ஸ்த்சென்ஸ் பப்ளிகேஷன்ஸ்
10/2 (8/2) போலீஸ் குவார்ட்டர்ஸ் சாலை
(தியாகராயநகர் பேருந்து நிலையத்திற்கும் காவல் நிலையத்திற்கும் இடைப்பட்ட சாலை)
தியாகராயநகர், சென்னை – 600 017
Phone: 2434 2771, 2986 0070 Cell: 72000 50073
Sixthsense Publications   6 th sense_karthi
e-mail : sixthsensepub@yahoo.com
Website: www.sixthsensepublications.com

Publisher
K.S. Pugalendi

Managing Editor
P. Karthikeyan

Layout
M.Magesh

Title:
Vegamaaga Padikka Sila Eliya Uthigal

Author:
Dr. M. Lenin

Address:
Sixthsense Publications
10/2(8/2) Police Quarters Road,
(Between Thiyagaraya Nagar Bus Stop & Police Station)
Thiyagaraya Nagar, Chennai - 17
Phone: 2434 2771, 29860070
Cell: 72000 50073

Sixthsense Publications
6 th sense_karthi
e-mail : sixthsensepub@yahoo.com
Website: www.sixthsensepublications.com

Edition:
First : 2010
New Edition : 2023

Pages : 128
Price : Rs. 166

No part of this book should be reproduced or transmitted in any form without permission in writing from the author or publisher

தலைப்பு : **வேகமாகப் படிக்க சில எளிய உத்திகள்**
நூலாசிரியர் : **டாக்டர் எம். லெனின்**

பக்கங்கள் : 128
விலை : **ரூ.166**

முதற்பதிப்பு : 2010
புதிய பதிப்பு : 2023

சிக்ஸ்த்சென்ஸ் பப்ளிகேஷன்ஸ்
10/2 (8/2) போலீஸ் குவார்ட்டர்ஸ் சாலை
(தியாகராயநகர் பேருந்து நிலையத்திற்கும் காவல் நிலையத்திற்கும் இடைப்பட்ட சாலை)
தியாகராயநகர், சென்னை – 600 017
தொலைபேசி : 24342771, 2986 0070
கைபேசி: 72000 50073
மின்னஞ்சல்: *sixthsensepub@yahoo.com*

இந்தப் புத்தகத்திலுள்ள எந்த ஒரு பகுதியையும் பதிப்பாளர் மற்றும் எழுத்தாளர் அனுமதியை எழுத்து மூலம் பெறாமல் பதிப்பிக்கக் கூடாது

நீங்கள் Smart Phone உபயோகிப்பவராக இருந்தால் QR Code Reader Application மூலம் இதை Scan செய்தால் நேரடியாக எமது இணையதளத்திற்கு சென்று மேலும் எங்கள் வெளியீடுகள் பற்றிய விவரங்களைப் பெறலாம்

A1 ISBN : 978-93-82577-24-9

ஆசிரியர்

வேகம்தான் விவேகம். படிப்பதைப் பொருத்தவரை எவ்வளவு வேகமாகப் படிக்கிறீர்களோ அவ்வளவிற்கும் உங்களுக்கு நல்லது. குறுகிய காலத்திற்குள் எத்தனையோ விவரங்களைத் தெரிந்து கொள்ள வேண்டிய அவசர யுகத்தில் நாம் இருக்கிறோம்.

வேகமாகப் படிப்பவர்கள் விரைவாகப் படித்து முடித்து விடுவார்கள். மேலும் படிப்பதற்கு அவர்களுக்கு நிறைய நேரம் கிடைக்கும். நேரம் இருக்கிறது என்பதால் அவர்கள் மேலும் படிக்கலாம். மேலும் மேலும் படிக்கலாம்.

படிக்கப் படிக்கப் பலன் கிடைக்கும். எப்படிப் படிப்பது என்பதைப் பள்ளிகளிலும் கல்லூரிகளிலும் கற்றுக் கொடுக்கிறார்கள். ஆனால் வேகமாகப் படிப்பதற்குத் தனியாகத்தான் முயற்சி செய்ய வேண்டி இருக்கிறது.

இதற்கான வழிமுறைகள் எல்லாருக்கும் தெரிவது இல்லை. தெரிந்தவர்கள் மற்றவர்களுக்குச் சொல்லிக் கொடுப்பதும் இல்லை. அந்தக் குறையைப் போக்குவதற்காகவே இந்த நூல் உருவாக்கப்பட்டிருக்கிறது.

இதனை நீங்கள் வேகமாகப் படிக்க வேண்டியதில்லை. உங்களுக்கு ஏற்ற வேகத்திலேயே அனுபவித்துப் படிக்கலாம். சொல்லப்பட்டிருக்கும் வழி முறைகளை நன்றாக உள்வாங்கிக் கொண்டு பயிற்சி செய்தீர்கள் என்றால் உங்களைப் பிடிக்க உலகத்தில் ஆள் இருக்காது.

அத்தகைய சாதனையாளராக நீங்கள் ஆக வேண்டும் என்பதற் காகவே அரிய உழைப்பின் பலனாக இது உருவெடுத்துள்ளது.

சென்னை   ம. லெனின்

பதிப்பாளர்

ஒரு புத்தகத்தைக் கையில் எடுத்தால் அதைப் படித்து முடித்துவிட்டுத்தான் கீழே வைக்க வேண்டும் என்கிற கொள்கை உடையவர்கள் நிறையப் பேர் இருப்பார்கள். ஆர்வம் இருந்தும் பல்வேறு காரணங்களால் அவர்களால் நினைத்ததை முடிக்க முடியாமல் போவது உண்டு.

உங்களுக்குப் பல்வேறு வகையான உத்திகளைக் கற்றுத் தரப் போகிறது இந்தப் புத்தகம். இதைப் படிப்பதன் மூலம் உங்களுக்கு ஏற்கனவே இருக்கக் கூடிய திறமைகளுடன் மேலும் ஒன்று சேர்ந்து கொள்ளப் போகிறது.

வேகமாக, வெகு வேகமாக உங்களால் படிக்க முடியும். அதற்கு நீங்கள் பின்பற்ற வேண்டிய வழிமுறைகள் குழந்தை விளையாட்டுப் போன்றவை. அவற்றை வகைப்படுத்தி முறைப்படுத்திக் கொடுத்திருப்பது இந்தப் புத்தகத்தின் சிறப்பு.

இது உங்கள் ஒருவருக்கு மட்டுமே பயன்படக் கூடியது என்பதல்ல. தலைமுறை தலைமுறையாக நீங்கள் மற்றவர்களுக்கும் சொல்லிக் கொடுக்கலாம். உங்கள் வாரிசுகளுக்கும் இது தேவைப்படுவதாகவே அமையும்.

படிப்பது எதையும் வாழ்க்கையில் பயன்படுத்த வேண்டும். ஆனால் நான் படித்ததற்கும் பார்க்கும் வேலைக்கும் எந்தச் சம்பந்தமும் இல்லை என்று சொல்லும் பலபேரைப் பார்த்திருப்பீர்கள்.

ஆனால் பயன்படுத்துவதற்காகவே படிப்பது என்பது வேறு. அது கொஞ்சம் வித்தியாசமானது. அந்த வகையைச் சேர்ந்த இந்தப் புத்தகத்தால் நீங்கள் சாதிக்கப் போவது அதிகம்.

சென்னை
- சு. புகழேந்தி

பொருளடக்கம்

1. உங்களாலும் முடியும்.. 09
2. உங்கள் மூளையின் விலையை மதிப்பிடுங்கள்............................ 12
3. எதைப் படிக்க வேண்டும்?.. 16
4. எது இயலும்?... 21
5. தவறான நம்பிக்கைகளும் தவறாத உண்மைகளும்.................. 27
6. எவ்வளவு வேகத்தில் வாசிக்க வேண்டும்?........................... 33
7. எப்படி வந்தது இது?.. 37
8. எந்த மொழியில் எவ்வளவு வேகம் சாத்தியம்?..................... 46
9. கண்ணே என் கண்ணே.. 50
10. இரண்டும் எப்படி வேறுபடுகின்றன?................................. 57
11. கண்ணில் படுவது எல்லாமே உள்ளே பதிவாகிறதா?................. 61
12. ஒழுங்கு படுத்தி வைத்துக் கொண்டால் ஓராயிரம் சாத்தியம்...... 68
13. என்ன இருந்தால் வேகம் வரும்?..................................... 73
14. இந்த வசதிகளைச் செய்து கொண்டால் இன்னும் வேகம் கிடைக்கும் 77
15. தவிர்க்கப்பட வேண்டிய தவறுகள்................................... 101
16. வெற்றிக் கதைகள் 69.. 107
    சாதனையாளர்கள்.. 123

புதுமுன்

எல்லாருக்கும் ஒரு தேவை இருக்கிறது. நிறையப் படிக்க வேண்டும். நிறைய செய்திகளை நினைவில் வைத்துக் கொள்ள வேண்டும். அவ்வாறு நினைவில் வைத்துக் கொள்வதை தேவைப்படும்போது வாழ்க்கையில் பயன்படுத்திப் பலன் அடைய வேண்டும்.

இந்த நோக்கங்களை அடைவதற்கு ஒவ்வொருவரும் எவ்வளவோ முயற்சிகளைச் செய்து பார்க்கிறார்கள். தங்களை வருத்திக் கொள்கிறார்கள். ஆனால் இதில் அவர்கள் முழு வெற்றி அடைகிறார்களா என்று சொல்ல இயலாது.

தாங்கள் படுகிற துன்பங்களுக்கு ஏற்ற அளவிற்காவது இவர்கள் பலன் பெற வேண்டியது அவசியம். ஆனால் என்ன நடக்கிறது? நிறையப் படிக்க வேண்டும் என்று நினைக்கிறேன். ஆனால் எங்கே நேரம் கிடைக்கிறது?

நிறையத்தான் படிக்கிறேன்.. ஆனால் படித்தது எதுவும் நினைவில் நிற்க மாட்டேனென்கிறதே.. என்ன செய்வது?

நானும் எவ்வளவோ வழிகளில் முயற்சி செய்து பார்த்துவிட்டேன. எதுவும் சரிப்பட்டு வரவில்லை. என் வாழ்நாள் முழுவதும் இதே வேலையாகப் படிக்க உட்கார்ந்தால் கூட நான் படித்து முடிக்க நினைக்கும் புத்தகங்களைப் படித்து முடிக்க முடியாது போல் இருக்கிறது.

என் தொழிலுக்கு நான் அதிகம் படிக்க வேண்டியது அத்தியாவசியமான தேவை. ஆனால் படிப்பதற்கு முடியவில்லை. மற்றவர்களைப் போல் வெகு வேகமாக என்னால் படிக்க முடியாமல் இருப்பதற்கு என்ன காரணம்?

எனக்கெல்லாம் வேகமாகப் படிக்க வரவே வராது. மெதுவாகப் படித்தால்தான் மனதில் ஏறும். விரட்டி விரட்டிச் சவாரி செய்ய மனம் ஒரு குதிரையா என்ன?

பலரும் இப்படிப் பலவிதமான இயலாமைகளைத் தெரிவிப்பார்கள். அவர்கள் எல்லாருக்குமே பயன்படக் கூடிய விதத்தில் இங்கு பலவித உத்திகளைக் கொடுத்திருக்கிறோம். இவற்றைப் பயன்படுத்திப் பார்த்தால்...

மாணவ, மாணவிகள் தங்கள் பாடங்களைத் தவிரப் பிற துறை அறிவையும் பெருமளவில் பெருக்கிக் கொள்ள முடியும்.

தங்கள் வாழ்க்கைத் தேவைகளுக்காக வாசிப்பை நம்பி இருப்பவர்கள் வளம் பெற முடியும்.

இதை ஒரு தனிப்பட்ட திறமையாக வளர்த்துக் கொண்டால் வாழ்வு எப்படியெல்லாம் இனிக்கும் என்பதை அனுபவத்தில் உணர லாம்.

எழுத்துக் கூட்டிப் படிப்பவர்கள் கூட அசுர வேகத்தில் படித்துத் தள்ளலாம். இப்போதே வேகமாகப் படித்துக் கொண்டு இருப்பவர்கள் இன்னும் அதி வேகமாகப் பறக்கலாம்.

இவை எல்லாவற்றையும் எல்லாரும் சாதிக்க முடியும். வயதோ, கல்வி அறிவோ, வேறு எதுவுமோ இந்தச் சாதனைக்குக் குறுக்கே நிற்க முடியாது. படிப்பது எதற்காக? பயன்படுத்த. அனுபவிக்க. ஆதாயம் பெற. அவனியை உயர்த்த.

உங்கள் நோக்கமும் அதுதானே?

எனவே படியுங்கள். வேகமாகப் படியுங்கள். மிக மிக வேகமாகப் படியுங்கள். இதுவரை உங்களால் முடியாமல் இருந்த வேகத்தில் படித்து முடியுங்கள். மேலும் மேலும் படியுங்கள்.

உங்களுக்கு அறவே எழுதப் படிக்கத் தெரியாது
என்றே வைத்துக் கொண்டாலும் கூட
உலகில் கற்றுக் கொள்ள முடியாதது என்று எதுவுமே இல்லை.
கற்றுக் கொடுப்பவர்கள் எப்படிக் கற்றுக்கொடுக்கிறார்கள்
என்பதைத்தான் நீங்கள் இங்கே பார்க்க வேண்டும்.

1. உங்களாலும் முடியும்

பல பேர்களைப் பார்க்கிறேன். நான் ஒரு பத்தியைப் படித்து முடிப்பதற்குள் அவர்கள் ஒரு பக்கத்தைப் படித்து முடித்து விடுகிறார்கள். நான் ஒரு பக்கத்தைப் படித்து முடிக்குமுன் புத்தகத்தையே முடித்து விடுபவர்களும் இருக்கிறார்கள். இவர்களெல்லாம் எப்படித்தான் படிக்கிறார்களோ? என்னால் அப்படிப் படிக்க முடிவதில்லை. அது ஏன் என்பதும் எனக்குத் தெரியவில்லை. அவர்கள் எல்லாம் உண்மையிலேயே என்னைவிடத் திறமை பெற்றவர்களாக இருக்க வேண்டும்.

அவர்களுக்குக் கிடைக்கும் வசதி வாய்ப்புகள் அப்படி அமைந்திருக்கக் கூடும். எனக்கு மட்டும் ஏன் எதுவும் இயலாமல் போகிறது? நீங்கள் என்னதான் சொல்லுங்கள். இதற்கெல்லாம் மச்சம் வேண்டும் சுவாமி என்பீர்கள்.

அப்படியெல்லாம் எதுவுமே இல்லை. உங்களுக்கு அறவே எழுதப் படிக்கத் தெரியாது என்றே வைத்துக்

கொண்டாலும் கூட உலகில் கற்றுக் கொள்ள முடியாதது என்று எதுவுமே இல்லை. கற்றுக் கொடுப்பவர்கள் எப்படிக் கற்றுக் கொடுக்கிறார்கள் என்பதைத்தான் நீங்கள் இங்கே பார்க்க வேண்டும்.

கற்றுக் கொள்கிறவர்கள் அதை எப்படி ஆர்வத்தோடு உள்வாங்கிக் கொள்கிறார்கள் என்பதையும் கவனிக்க வேண்டும். கற்றுக் கொடுக்க இதோ நாங்கள் இருக்கிறோம். கற்றுக் கொள்ள நீங்களும் ஆர்வமாக இருக்கிறீர்கள்.

நாங்கள் கற்றுக் கொடுப்பது உங்களைக் கஷ்டப்பட வைக்க வேண்டும் என்பதற்காக அல்ல. உங்கள் கஷ்டங்களைப் போக்க வேண்டும் என்பதற்காக.

நாங்கள் கற்றுக் கொடுப்பதை நீங்கள் கற்றுக் கொள்வது என்பதில் எந்தவிதக் கடினமான தண்டனையும் கிடையவே கிடையாது. கற்றுக்கொள்ளும் அனுபவமே உங்களுக்கு இனிமையான அனுபவமாகத்தான் இருக்கும்.

* உங்களால் முடியும் என்பதை நாங்கள் உறுதியாக நம்புகிறோம்.
* அதே நம்பிக்கை உங்களிடமும் இருக்க வேண்டும்.

இருக்குமானால் நீங்கள் இந்தப் புத்தகத்தைப் படிக்க ஆரம்பித்த உடனேயே உங்கள் பெயரைத் தாராளமாகச் சாதனையாளர்கள் பட்டியலில் இடம் பிடிக்க வைத்துவிடலாம். ஏனென்றால் நீங்கள் வேகமாகப் படிப்பதில் சாதனை படைப்பதற்காகத்தான் இதைக் கையில் எடுத்திருக்கிறீர்கள்.

* நம்மால் எங்கே முடியப் போகிறது என்கிற அவநம்பிக்கையை விரட்டுங்கள்.
* உங்களால் முடியும்.

முடிய வைப்பதற்கு நாங்கள் உத்தரவாதம் தருகிறோம். நீங்கள் அதற்கு உங்கள் ஒத்துழைப்பைத் தருவீர்களா?

நீங்கள் ஒலிம்பிக்கில் தங்கப் பதக்கம் வாங்கிக்கொண்டு வர வேண்டும் என்று விரும்புகிறீர்களா? அதற்கு முறையான பயிற்சி அவசியம். முடங்கிக் கிடந்தால் அது நடக்குமா?

இப்போதிலிருந்தே பயிற்சியை ஆரம்பிப்போம். உங்களுடன் எப்போதும் உடனிருந்து வழி நடத்துகிறோம். ஒரு சிரமமும் இல்லாமல் நீங்கள் படித்துப் பலன் அடையலாம். அதை வெகு விரைவாகச் செய்யலாம்.

நிச்சயமாக நீங்கள் இப்போது என்ன வேகத்தில் படித்துக் கொண்டு வரும் பழக்கத்தைக் கொண்டிருக்கிறீர்களோ அதை மாற்றப் போகிறோம். இதற்குக் கூட்டு முயற்சி தேவை. இங்கே சொல்லப்படும் வழிமுறைகளை அப்படியே பின்பற்றுங்கள்.

அப்புறம் நீங்கள் என்ன செய்வீர்கள் தெரியுமா?

இதோ இந்தப் புத்தகத்தைப் படியுங்கள். இதனால் உங்களுக்குக் கண்டிப்பாகக் பலன் கிடைக்கும். நான் அனுபவத்தில் கண்ட உண்மை. எனவே நீங்களும் முயற்சி செய்யுங்கள் என்று பிறரிடம் சொல்வீர்கள். அது நடக்கத்தான் போகிறது. நம்பிக்கை வையுங்கள்.

ம. லெனின்

இந்தியர்களின் மூளை உலகம் முழுவதும் மதிக்கப்படுகிறது. உலகின் பெரும்பாலான இயக்கங்களுக்குப் பின்னணியில் இந்தியர்களின் மூளைதான் இயங்கிக் கொண்டு இருக்கிறது. அதிக அளவுக்குப் பயன்படுத்தப்பட்டிருக்கும் மூளை நம்முடையது.

2. உங்கள் மூளையின் விலையை மதிப்பிடுங்கள்

வேடிக்கையாக ஒரு கதை சொல்வார்கள்.

ஒரு கண்காட்சி. அதில் பல நாட்டவர்களின் மூளைகளை வைத்திருக்கிறார்கள். ஒவ்வொன்றின் விலை மதிப்பையும் அதில் எழுதி வைத்திருக்கிறார்கள்.

அமெரிக்கர்களின் மூளை ஆயிரம் ரூபாய்.

ரஷ்யர்களின் மூளை இரண்டாயிரம்.

ஆஸ்திரேலியர்களுடையது ஆயிரத்து ஐந்நூறு.

இங்கிலாந்துக்காரர்களுடையது இரண்டாயிரத்து ஐந்நூறு.

இப்படி ஒவ்வொரு நாட்டவர்களின் மூளைகளையும் பார்த்துக் கொண்டே வருகிறீர்கள்.

இந்தியர்களுடைய மூளைக்கு எவ்வளவு மதிப்பு என்று தெரிந்து கொள்ள இயற்கையாகவே உங்களுக்கு ஆர்வம் வரும் இல்லையா? அந்த இடத்தைத் தேடிப் பிடிக்கிறீர்கள்.

இதோ இந்திய மூளை வைக்கப்பட்டுள்ள இடத்திற்கு வந்து விட்டீர்கள். அதன் விலையைக் கவனிக்கிறீர்கள்.

இரண்டு கோடி என்று எழுதி வைத்திருக்கிறார்கள். உங்களால் நம்பவே முடியவில்லை. அட என்ன ஆச்சரியம்? உலகில் உள்ள மற்ற எல்லா நாட்டவர்களின் மூளைகளை விடவும் நமது இந்திய மூளைக்கு இவ்வளவு பெரிய விலை கிடைக்கிறதே.. ஆகா.. இந்தியர்களின் மூளையே மூளை என்று வியந்து போகிறீர்கள்.

இது உண்மைதானா என்று உறுதிப்படுத்திக் கொள்ளும் துறுதுறுப்பு உங்களிடம் ஒட்டிக் கொள்கிறது. கண்காட்சியை நடத்துபவர்களிடம் விசாரிக்கிறீர்கள். அவர்களும் அது அப்படித் தான் என்று சொல்கிறார்கள்.

இருந்தாலும் உங்களுக்குச் சந்தேகம் தீர்ந்தபாடில்லை. ஏனென்றால் நமக்கு எப்போதுமே வெளிநாட்டவர்கள்தான் பெரிய ஆட்கள் என்ற எண்ணம் இயற்கையிலேயே ஏராளம். என்ன காரணத்தினால் இந்திய மூளைக்கு இத்தனை மதிப்பு என்று கண்டுபிடித்தே ஆக வேண்டும் என்று உங்கள் மூளை கட்டளை இடுகிறது.

விசாரிக்கிறீர்கள்.

இதில் ஆச்சரியப்பட என்ன இருக்கிறது தம்பி? மற்ற மூளைகளை எல்லாம் ஏற்கனவே அளவுக்கு அதிகமாகவே பயன்படுத்தி விட்டார்கள். சக்கையாக அவற்றை வேலை வாங்கிவிட்டி ருக்கிறார்கள். இந்திய மூளை மட்டும்தான் இன்னும் புது மெருகு குலையாமல் அப்படியே இருக்கிறது.

அதை யாரும் சரியாகப் பயன்படுத்தவே இல்லை. மற்ற மூளைகள் எல்லாமே மின்னேற்றம் தீர்ந்து ஒன்றுக்கும் உதவாத பழைய மின்கலம் மாதிரிதான். ஆனால் இந்திய மூளை அப்படி இல்லை. அது முழுக்க மின்னேற்றம் செய்யப்பட்டுப் பயன் படுத்தப்படாமலே இருப்பது.

இதை வாங்கினால் நீண்ட காலத்திற்குத் தொந்தரவே இல்லாமல் இதை உபயோகிக்க முடியும். அதனால்தான் அப்படியொரு

ம. லெனின்

விலை வைத்திருக்கிறார்கள் என்று யாராவது விளக்கம் சொல்லும்போது ஆடிப் போவீர்கள்.

இது நம்மை மட்டம் தட்டுவதாக இருக்கிறதே என்கிற ஆத்திரம் வருகிறதா?

விடுங்கள். அதுதான் ஆரம்பத்திலேயே சொல்லிவிட்டோமே.

இது வேடிக்கைக்காகச் சொல்லப்படும் கதைதான். விளையாட்டாய் எடுத்துக் கொள்ளுங்கள். வினையாக நினைக்கத் தேவையில்லை.

இந்தியர்களின் மூளை உலகம் முழுவதும் மதிக்கப்படுகிறது. உலகின் பெரும்பாலான இயக்கங்களுக்குப் பின்னணியில் இந்தியர்களின் மூளைதான் இயங்கிக் கொண்டு இருக்கிறது. இப்போது அப்படியொரு கண்காட்சியை ஏற்பாடு செய்தார்கள் என்றால் இந்திய மூளைக்கு இரண்டு காசுதான் கிடைக்கும். ஏனென்றால் அந்த அளவுக்குப் பயன்படுத்தப்பட்டிருக்கும் மூளை நம்முடையது.

வெளிநாடுகளில் இருந்து இங்கே வருகிறவர்கள் எல்லாரும் வெறுமனே வேடிக்கை பார்க்க வருவதில்லை. இந்தியா உலகிற்கே கற்றுக் கொடுக்கும் நாடு. அதில் உங்களுக்கு எள்ளளவும் சந்தேகம் வேண்டாம்.

இது வெறும் பழம் பெருமை பேசுவதற்காகச் சொல்லப்படும் விசயம் இல்லை என்பதை நம்புங்கள். நீங்களும் அப்படி உலகிற்குக் கற்றுக் கொடுக்க வேண்டியது நிறைய இருக்கிறது. அதற்கு நீங்கள் இப்போது நிறையப் படிக்கவேண்டும்.

முயலைப் பற்றிச் சொல்வார்கள். அதன் இனப் பெருக்க வேகம் மற்ற விலங்குகளைக் காட்டிலும் அதி வேகமானது. ஒரு ஜோடி முயல்களைக் கொண்டு போய் ஆஸ்திரேலியாவில் விட்டு வைத்தால் மிகக் குறுகிய காலத்திற்குள்ளேயே அவை பல்கிப் பெருகி ஆஸ்திரேலியாவில் இனி மேய்வதற்குப் புல் பூண்டே இல்லை என்னும் நிலையை உருவாக்கி விடும் என்பார்கள்.

கணிதத்தில் சொல்கிற மாதிரி இரண்டு நான்காகும். நான்கு பதினாறாகும். பதினாறு இருநூற்று ஐம்பத்தாறு ஆகும். வேகம் என்றால் வேகம் அப்படியொரு வேகம். முயலுக்கு இப்படியொரு திறமை இருப்பதை மறந்துவிட்டு முயலும் ஆமையும் கதையைச் சொல்லிக் கொண்டு இருக்கிறோம்.

இருக்கட்டும். நீங்களும் முயலைப் போல் மேய வேண்டும். அறிவுக் கதிர்களாக விளங்கும் புத்தகங்களை மேய்ந்து தின்று செரிக்க வேண்டும். இப்போது கணினி, இணையம் என்று அறிவுக் கடல் இன்னும் விரிந்து பரவி இருக்கிறது.

இந்தப் பெருங்கடல்களை நீங்கள் ஒரே மூச்சில் உறிஞ்சிக் குடித்துவிட வேண்டும். அது உங்களால் முடியக் கூடியதுதான். உங்கள் மூளையைப் பயன்படுத்தினால் முடியாதது என்று எதுவும் இல்லை.

இப்போது உங்கள் மூளையின் விலையை மதிப்பிடுங்கள்.

இரண்டு கோடிக்குப் போகுமா? இரண்டு காசுக்கா? என்ன நிலையில் வைத்திருக்கிறீர்கள்? உண்மையைச் சொல்லுங்கள்

ம. லெனின்

எழுதப்படிக்கத் தெரியாத... கண்ணால் காண முடியாத வரிவடிவங்கள் இராமனின் மூளையில் வெகு வேகமாகப் பதிந்து விடுகின்றன. ஏனென்றால் அவருக்கு அதில் ஆர்வம் அதிகம் இருக்கிறது. காதால் கேட்பதையே இந்த அளவுக்கு அவரால் உள்ளே நிறுத்திக் கொள்ள முடியும்போது கண்ணால் பார்க்கக் கூடியதை நாம் எவ்வளவுக்கு நினைவில் ளவைத்துக் கொள்ள வேண்டும்?

3. எதைப் படிக்க வேண்டும்

நீங்கள் படிக்க வேண்டியது நிறைய இருக்கிறது. பிறந்து சில மாதங்களே ஆன சூப்பர் ஹிட் திறமை கொண்டவர் நீங்கள்.

அதனால்தான் நீங்கள் அ என்று உச்சரிக்க ஆரம் பித்ததுமே உங்களைக் கொண்டு போய் முன் மழலையர் பள்ளியில் சேர்த்துவிடுகிறார்கள்.

கண்ணல்ல... நீ கம்ப்யூட்டர் இஞ்சினியர் ஆக வேண்டாமா.. படி ராஜா..

எங்கள் கவி டாக்டராகத்தான் வருவாள்..

இவனைக் கலெக்டராக்கப் போகிறேன்..

பாப்பா.. நீ கல்பனா சாவ்லா போல் பறக்க வேண்டும்.

இப்படி உங்களது பெற்றோர் மற்றும் உங்களது விருப்பங்களை நிறைவேற்ற வேண்டுமானால் நீங்கள் நிறையப் படிக்க வேண்டும். விரைவாகப் படிக்க வேண்டும். விவரமாகப் படிக்க வேண்டும்.

இந்த உலகம் போட்டிகள் நிறைந்தது. மற்றவர்களைப் பின்னுக்குத் தள்ளிவிட்டு வெற்றிக் கோட்டைத் தொட்டால் தான் உலகம் உங்களை மதிக்கும்.

அதற்காக நீங்கள் எது எதையெல்லாமோ படிக்க வேண்டி இருக்கிறது. தேவைப்படுகிறதோ இல்லையோ படித்தாக வேண்டும் என்கிற கட்டாயம் உங்களுக்கு இருக்கிறது. சம்பந்தம் இருக்கிறதோ இல்லையோ நீங்கள் சாதிக்க வேண்டியது அவசியமாகிறது.

மொழி
இலக்கியம்
கணிதம்
அறிவியல்
திரைப்படம்
பொழுதுபோக்கு
கதை
கவிதை
பாடம்
படிப்பு

என்று நீங்கள் கண்டதையும் உங்கள் மூளைக்குள் ஏற்றிக் கொள்ள வேண்டிய தேவை தவிர்க்க முடியாததாக இருக்கிறது. நீங்கள் இதில் கொஞ்சம் அலட்சியமாக இருந்தாலும் மற்றவர்கள் உங்களைத் தாண்டிப் போய்விடுவார்கள்.

அதற்கு இடம் கொடுக்கக் கூடாது என்கிற வெறி உங்களுக்கு உண்டு. அதற்காகக் கடினமாக உழைப்பதற்கு நீங்கள் தயாராக இருப்பீர்கள்.

அகல உழுவது எனக்குப் பிடிக்காது. ஆழ உழ நினைக்கிறேன் என்று சொல்பவர்களையும் பார்க்கலாம். அங்கும் இதே கதைதான்.

கணினி அறிவியலில் மட்டும்தான் கவனம் செலுத்தப் போகிறேன் என்பார்கள். அங்கும் படிப்பதற்கு நிறைய இருக்கிறது.

ம. லெனின்

டிரில்லியன் கணக்கிலான தகவல்களை உங்களுக்குள் இருப்பு வைக்க வேண்டும். டெரா பைட்டுகளில் நினைவில் நிறுத்த வேண்டும்.

எல்லாவற்றிற்கும் படிக்க வேண்டும். காகிதத்தில் அச்சிட்ட புத்தகத்தை மட்டும் படித்தால் போதாது என்ற நிலைக்கு இன்று நாம் வந்துவிட்டோம். கணினித் திரையைக் கண்கொட்டாமல் பார்த்துப் படிக்க வேண்டும்.

கணினியை மிஞ்சும் வேகத்தில் படித்து முடிக்க வேண்டும். கணினியைவிட அதிகமான நினைவுத் திறன் நமக்குத் தேவைப்படும். கணினியைக் காட்டிலும் அதிக அளவு தகவல்களை இருப்பில் வைத்துக் கொள்ள வேண்டும்.

கணினியைவிட அதி வேகமாக அவற்றைத் தேடி எடுத்துக் கொள்ள இயல வேண்டும். சுருக்கமாகச் சொல்ல வேண்டுமானால் நீங்கள் சூப்பர் கணினியை எல்லாம் விழுங்கி ஏப்பம் விட வேண்டும். மலைப்பாகத் தோன்றுகிறதா?

உங்களுக்குத் தயக்கமே தேவையில்லை.

தெருக்கோடியில் உட்கார்ந்திருக்கும் இராப்பிச்சை இராமனைப் பாருங்கள். அந்த ஆளுக்கு ராமு என்று இரண்டு எழுத்துக்களில் தனது கையொப்பத்தைப் பதிப்பதே இமய மலையைப் புரட்டி இந்தப் பக்கம் வைப்பதற்கு ஒப்பான காரியமாகத் தோன்றும்.

ஆனால் மனிதர் பாடத் தொடங்கிவிட்டார் என்றால் அந்தக் காலத்து தியாகராச பாகவதர் தொடங்கி இப்போதைய உன்னி கிருஷ்ணன்வரை எத்தனை பாடல்களை மனப்பாடமாகப் பாடுகிறார்?

எழுதப் படிக்கத் தெரிவது என்பதில் திறமை இல்லாத ஆள் என்று கருதப்படும் இராமனுக்கு இத்தனை பாடல்கள் எப்படித் தெரிய வருகிறது? இராமனும் படிக்கத்தான் செய்கிறார். உங்களை விட வேகமாகவும் படிக்கிறார்?

எப்படி? எல்லாம் செவி வழியாகக் கேட்பதுதான். கோவிலில் பஜனை பாடினாலும் மெல்லிசைக் கச்சேரியில் இன்னிசை மழை பொழிந்தாலும் இராமன் அவற்றை உள்வாங்கிக் கொள்கிறார்.

கண்ணால் காண முடியாத வரிவடிவங்கள் அவருடைய மூளையில் வெகு வேகமாகப்பதிந்து விடுகின்றன. ஏனென்றால் அவருக்கு அதில் ஆர்வம் அதிகம் இருக்கிறது. காதால் கேட்ப தையே இந்த அளவுக்கு உள்ளே நிறுத்திக் கொள்ள முடியும் போது கண்ணால் பார்க்கக் கூடியதை நீங்கள் எவ்வளவுக்கு நினைவில் வைத்துக் கொள்ள வேண்டும்?

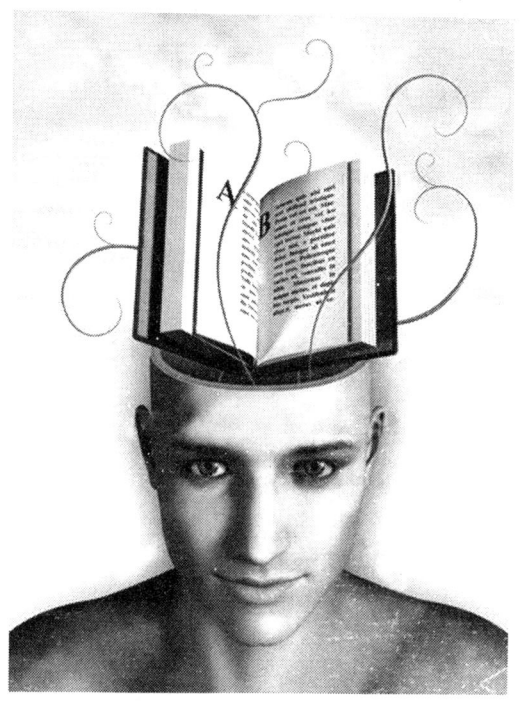

ஆகவே உங்களால் நிறைய, இன்னும் நிறைய, எவ்வளவோ நிறைய விசயங்களை உங்களுக்குள் சேர்த்து வைத்துக் கொள்ள முடியும்.

இதற்கு அடிப்படைத் தேவை ஆர்வம்.

அது எதன் மீதான ஆர்வமாக வேண்டுமானாலும் இருக்கலாம். திருக்குறளைத் தலைகீழாக ஒப்பிப்பேன் என்பீர்கள்.

கட்ட பொம்மன் தொடங்கி எந்திரன் வரை எல்லாத் திரைப்பட வசனங்களையும் வரிவிடாமல் சொல்லுவேன் என்பீர்கள்.

சார்லஸ் டார்வினின் ஆரிஜின் ஆப் ஸ்பீசிஸை அப்படியே மனப்பாடமாகச் சொல்லட்டுமா என்று கேட்பீர்கள்.

அடுத்து வரும் ஐம்பதாயிரம் ஆண்டுகளுக்கான நாள், கிழமை, தேதிகளை வரிசையாகச் சொல்லட்டுமா என்பீர்கள்.

ஒவ்வொருவருக்கும் ஒவ்வொன்றில் ஆர்வம். அந்த ஆர்வம் வேட்கையாக மாறுகிறது. வேதாளம் போல் மண்டைக்குள் புகுந்து கொள்கிறது. எது கிடைத்தாலும் கொண்டு வந்து கொட்டு .. கப்பலைப் போல் எல்லாம் கொள்ளும் என்று சொல்கிறது.

அதனால்தான் உங்களால் எதுவும் முடிகிறது.
எவ்வளவும் இயல்கிறது.

விருப்பத்தோடு எதைச் செய்ய இறங்கினாலும் களைப்புத் தெரியாது.

விருப்பமே இல்லாமல் இறங்கினால் எள் முனை கூட இமய மலையாகத் தெரியும்.

எனவே உங்கள் விருப்பம் எது என்பதை முதலில் முடிவு செய்து கொள்ளுங்கள். அந்த விருப்பத்தை வளர்த்துக் கொள்ளுங்கள். வானத்தை வில்லாக வளைக்கலாம். நிச்சயமாக அது உங்களால் முடியும். நீங்கள் சாதிக்கத்தான் போகிறீர்கள்.

விரும்பியதை வேகமாகவும் விரும்பாததை மெதுவாகவும் படிக்கிறீர்கள். ஆகவே நீங்கள் வேகமாகப் படிக்க வேண்டும் என்கிற விருப்பத்தை நிறைவேற்ற வேண்டும் என்று விரும்பினால்...உங்களுக்கு விருப்பமானதைப் படிக்கத் தேர்ந்தெடுங்கள்.

4. எது இயலும்?

உங்களுக்குக் கவிதையில் ஆர்வம் என்போம். அந்தக் காலத்து இலக்கியங்களைப் படிக்க உட்காருவீர்களா?

பதிற்றுப் பத்திலிருந்து ஒரு செய்யுளைப் படியுங்கள் பார்ப்போம்.

சினனே காமங்கழி கண்ணோட்டம்
அச்சம் பொய்ச்சொல் அன்புமிக வுடைமை
தெறல் கடுமையொடு பிறவும் இவ்வுலகத்து
அறந்தெரி திகிரிக்கு வழியடை யாகும்

தடுமாறுவீர்கள். என்கு டமில் வராது என்று தமிழைக் கடித்துத் துப்பும் நடிகைகள் நிலையில் இருப்பவர்களுக்கு இதைப் படிப்பது இயலாது. இதிலுள்ள பல சொற்களுக்கு அவர்களுக்கு அர்த்தமே விளங்காது. கொஞ்சம் எளிதாக இருந்தால் கொடுங்களேன் என்பீர்கள்.

வேகமாகக் காலச் சக்கரத்தைச் சுழற்றுவோம்.

பாரதி காலத்திற்கு வருவோம்.

உச்சிமீது வானிடிந்து
வீழுகின்ற போதிலும்
அச்சமில்லை, அச்சமில்லை
அச்சமென்ப தில்லையே

இதுபோல் எத்தனை வரிகளை வேண்டுமானாலும் கொடுங்கள். உடனே படித்து ஒப்புவிக்கிறேன் என்பீர்கள். ஏனென்றால் இந்த நடை எளிதாக இருக்கிறது.

தோழியா என் காதலியா?

இந்த மாதிரிப் பாடல்களை இன்னும் வேகமாக உள்வாங்கிக் கொள்வீர்கள்.

தொல்காப்பியம் தொடங்கி இன்றைய ஹைக்கூ வரை எல்லாமும் எளிதாக வரக்கூடியதுதான் நீங்கள் கவனமாக ஆராயந்தால். எப்படி?

உச்சிமீது வானிடிந்து
வீழுகின்ற போதிலும்
அச்சமில்லை, அச்சமில்லை
அச்சமென்ப தில்லையே

ஒரு மேடு. ஒரு பள்ளம். அடுத்து ஒரு மேடு. அதற்கடுத்து ஒரு பள்ளம். இது மாதிரியான ஒரு பாதையில் உங்கள் வண்டி ஓட்டப்பட்டால் எப்படி இருக்கும்? ஒரு ஏற்றம். ஒரு இறக்கம். ஏற்றம். இறக்கம். மாறி மாறி வரும். ஆனால் இந்த மாற்றம் சீராகத் தொடரும்.

இதையே கணிதத்தில் ஸைன் வேவ் என்று வரைந்து காட்டுவார்கள். காஸ், டேன் என்று வரைந்தாலும் அடுத்தடுத்து வரும் மாற்றங்கள் சீராக ஒரு தனி லயத்தோடு அமையும்.

இலயம். உரைநடையிலிருந்து இசைக்குத் தாவுகிறீர்கள் பார்த்தீர்களா?

ஏற்ற இறக்கம். சீரான ஒழுங்கு.

தந்தனான தந்தனான தந்தனான தந்தனா
தந்தனான தந்தனான தந்தனான தந்தனா

இசையமைப்பாளர் இப்படித் தத்தகாரம் சொன்னார் என்றால் நீங்கள் வைரமுத்துவோ முனைவர் நா. முத்துக்குமாராகவோ இல்லாவிட்டாலும் கூட

உச்சிமீது வானிடிந்து
வீழுகின்ற போதிலும்
அச்சமில்லை, அச்சமில்லை
அச்சமென்ப தில்லையே

என்னும் பாரதியின் வரிகளைப் போல் புதிதாக எழுதிக் குவித்துவிடுவீர்கள். உங்களிடமிருந்து கவிதை வெள்ளம் அருவி போலக் கொட்டுவதற்கு அடிப்படை எது? ஆர்வம். ஈடுபாடு. காதல். வெறி. வேகம்.

நட்ட கல்லைச் சுற்றி வந்து நாலு புஷ்பம் சாத்தியே
சுற்றி வந்து முணுமுணென்று சொல்லு மந்திரமேதடா
நட்ட கல்லும் பேசுமோ
நாதன் உள் இருக்கையில்
சுட்ட சட்டி சட்டுவம்
கறிச் சுவை அறியுமோ?

மாதிரியான சித்தர் பாடல்களை எத்தனைக் கொடுத்தாலும் நொடியில் படித்துத் தள்ளிவிடுவீர்கள். குணங்குடி மஸ்தான் பாடல்களில் இன்னும் எத்தனை கோவை இருக்கிறது என்று கேட்பீர்கள்.

பாம்பாட்டிச் சித்தர் பாடல்களைப் பக்கம் பக்கமாக உருப் போடுவீர்கள்.

துப்பார்க்குத் துப்பாய துப்பாக்கித் துப்பார்க்குத்
துப்பாய தூஉம் மழை

இந்தத் துப்பார்க்குத் துப்பாய உங்களைப் படுத்தும்பாடு உங்களுக்குப் பிடித்திருக்கிறது. துர்ப்பாக்கியம் என்று கருதாமல் துப்பாக்கியைத் தூக்கிவிடுவீர்கள்.

கடினமாக இருந்தாலும் இதிலுள்ள தனித் தன்மை உங்களைக் கவர்கிறது. மண்டையை உடைத்துக் கொண்டாவது மனப் பாடம் செய்ய விரும்புவீர்கள். காரணம்? இதில் உங்களுக்கு ஒரு பிடிப்பு ஏற்படுகிறது. படிக்க விரும்புகிறீர்கள். வேகமாகப் படிக்க முடிகிறது.

விருப்பம் இருந்தால் வேகம் சாத்தியம்.

$1 \times 2 = 2$

$2 \times 2 = 4$

$3 \times 2 = 6$

இந்த இரண்டாம் வாய்ப்பாட்டைப் படிக்க உங்களுக்குச் சின்ன வயதில் எவ்வளவு கஷ்டமாக இருந்தது? ஏன்தான் இப்படியொரு துன்பமோ என்று நினைத்தது உண்டுதானே?

அப்புறம்

$16 \times 16 = 256$ என்ற நிலையை எட்டிப் பிடித்தபோது எப்படி மகிழ்ந்திருப்பீர்கள்? சாதனையை எட்டிவிட்டதாக மார்தட்டிக் கொண்டிருந்திருப்பீர்கள் இல்லையா?

இது எந்தக் காலத்து எடுத்துக்காட்டு அய்யா?

எடுத்த எடுப்பிலேயே இன்ஃபைனைட சீரிஸ் என்று ஆரம்பித்தால் எத்தனை பேருக்கு விளங்கும்?

சரி. அதை விடுங்கள்.

மாலிக்யூலர் பயாலஜி படிக்கலாமா?

ஏரோநாட்டிக்கல் சயின்ஸ்?

படிக்கலாம். அந்தந்தத் துறை சார்ந்தவர்களுக்கு அது அது எளிதாகும்.

வெறுமனே பொழுதுபோக்கிற்காகப் படிக்க உட்காருவீர்கள்.

இராஜேஷ் குமாரையும் பட்டுக்கோட்டைப் பிரபாகரையும் டன் கணக்கில் படித்து முடித்துவிடுவீர்கள்.

சிலர் சாண்டில்யன் எழுதிய எத்தனை பெரிய கதையையும் இரண்டு மணி நேரத்தில் முடித்துவிடுவார்கள்.

சுஜாதாவைக் கையில் எடுத்தால் சுத்தமாய்ப் பத்துப் புத்தகங்களை ஒரே மூச்சில் படித்து விட்டு அந்த அனிதா இளம் மனைவி பற்றி என்ன நினைக்கிறீர்கள் என்று விமர்சிக்க ஆரம்பித்துவிடுவீர்கள்.

ஏன்?

கதை படிப்பதில் உங்களுக்கு அத்தனை ஆர்வம். ஆகவே கையில் எது கிடைத்தாலும் அதைப் படிக்க ஆரம்பித்துவிடுகிறீர்கள். இதை வேகமாகப் படிக்கிறீர்கள்.

விரும்பியதை வேகமாகவும் விரும்பாததை மெதுவாகவும் படிக்கிறீர்கள். (எங்கே படிப்பது? ஏறக்கட்டி விடுவதுதான் என்பவர்களும் இருப்பார்கள்).

ஆகவே நீங்கள் வேகமாகப் படிக்க வேண்டும் என்கிற விருப்பத்தை நிறைவேற்ற வேண்டும் என்று விரும்பினால்...

உங்களுக்கு விருப்பமானதைப் படிக்கத் தேர்ந்தெடுங்கள்.

இதில் உங்கள் திறமையை விரைவாக வளர்த்துக் கொள்ளுங்கள். இதுவே உங்களுக்குப் பழக்கமாகிப் போகும். இயல்பாக எல்லாம் வரும்.

ம. லெனின்

அதன்பிறகு உங்களுக்கு விருப்பமே இல்லாதவற்றையும் படிப்பதை வெகு வேகமாகச் செய்ய முடியும். ஆகையால் உங்களுக்குச் சில பயிற்சிகள் தேவைப்படுகின்றன.

எவ்வளவு நேரத்தில் உங்களால் எத்தனை பக்கங்களை வாசிக்க முடிகிறது என்பதைச் சோதிக்க வேண்டும்.

என்ன இது சோதனை என்கிறாரே என்று திகைக்காதீர்கள்.

நீங்கள் எந்த அளவு திறமை பெற்றவர் என்பதைத் தெரிந்து கொள்ள உதவும் அளவு கோல் இது.

எதைப் படிக்கலாம் என்பதை முடிவு செய்து கொள்ளுங்கள்.

புத்தகங்களின் அளவு, அச்செழுத்துக்களின் உருவ அளவு, அச்சமைப்பு எல்லாம் ஒரே மாதிரியாக இருக்கக் கூடிய ஒரு பத்துப் பதினைந்து புத்தகங்கள் தேவைப்படும். எடுத்துத் தனியாக அடுக்கிக் கொள்ளுங்கள்.

வசதியான கடிகாரம் ஒன்று.

பேனா. காகிதம்.

இதுதான் உங்கள் ஆய்வகம். இவைதான் உங்களது ஆய்வுக் கருவிகள். செய்முறைப் பயிற்சிக்குத் தயாராகிவிட்டீர்களா?

இதில் நீங்கள் நூற்றுக்கு நூறு மதிப்பெண் வாங்க வேண்டும்.

அதற்காகத்தான் சொன்னோம்.. உங்களுக்குப் பிடித்தமான விசயத்தைத் தேர்ந்தெடுத்துக் கொள்ளுங்கள். சீரான பக்கக் கணக்கு வைத்துக் கொள்ள வசதியான தொகுப்பாக இருப்பது நல்லது. இது கவிதையாகவும் இருக்கலாம். கதையாகவும் இருக்கலாம். கால்குலஸாகவும் இருக்கலாம்.

நேரத்தை நிமிடங்களில் எடுத்துக் கொண்டால் நிமிடத்திற்கு இத்தனை வார்த்தைகளைப் படிக்கிறீர்கள் என்று கணக்கு வைத்துக் கொள்ளலாம்.

5. தவறான நம்பிக்கைகளும் தவறான உண்மைகளும்

உங்களால் எவ்வளவு வேகமாகப் படிக்க முடியும்? இதற்கு ஒரு கணக்கு இருக்கிறது.

படிக்கத் தேவையான புத்தகத்தை எடுத்துக் கொண்டு உட்காருங்கள்.

மணி பார்த்துக் கொள்ளுங்கள்.

காலை 06.00 மணிக்கு உட்காருகிறீர்கள்.

07.40 வரை படிக்கிறீர்கள். அதாவது 100 நிமிடம்.

நீங்கள் வாசித்து முடித்த பக்கங்கள் 100 என்போம். ஒவ்வொரு பக்கத்திலும் உத்தேசமாக 100 வார்த்தைகள் இருக்கின்றன.

அப்படியானால் நீங்கள் வாசித்து முடித்த மொத்த வார்த்தைகள் எத்தனை?

$100 \times 100 = 10,000$ வார்த்தைகள்.

இதற்குத் தேவைப்பட்ட நேரம் 100 நிமிடங்கள்.

அப்படியானால் உங்கள் வாசிப்பு வேகம் எவ்வளவு?

வாசிப்பு வேகம் = (படித்து முடித்த வார்த்தைகளின் எண்ணிக்கை ÷ எடுத்துக் கொண்ட நேரம்)

இதுதான் நீங்கள் நிறையத் தடவை பயன்படுத்தப் போகும் அடிப்படை விதி.

நேரத்தை நிமிடங்களில் எடுத்துக் கொண்டால் நிமிடத்திற்கு இத்தனை வார்த்தைகளைப் படிக்கிறீர்கள் என்று கணக்கு வைத்துக் கொள்ளலாம்.

மேலே சொன்ன எடுத்துக்காட்டில் இந்த வேகம் எவ்வளவு வருகிறது?

வாசிப்பு வேகம் = 10000 ÷ 100 = 100

அதாவது நிமிடத்திற்கு 100 வார்த்தைகள் என்ற வேகத்தில் படிக்கிறீர்கள்.

கோவிந்த இராமன் நிமிடத்திற்கு 213 வார்த்தைகளைப் படிப்பீர்கள்.

குணசுந்தரி நிமிடத்திற்கு 352 வார்த்தைகளைப் படிக்கக் கூடியவர்.

செண்பகம் 158 வார்த்தைகள் படிப்பார். செயராமன் 438 படிப்பார்.

உங்களுக்குத் தெரிந்த பலரும் இப்படி வெவ்வேறு வேகத்தில் படிப்பார்கள்.

இந்தப் பட்டியலைக் கவனமாகப் பார்த்தால் செயராமன்தான் இந்தக் கூட்டத்திலேயே வெகு திறமையாளர் என்பது தெரிய வருகிறது. அதிகபட்ச வேகத்தில் இவர்தான் படிக்கிறார்.

நீங்கள் இப்போதைக்கு ஓர் எளிய இலக்கை ஏற்படுத்திக் கொள்கிறீர்கள்.

செயராமன் வேகத்தை நீங்களும் எட்டிப் பிடிக்க வேண்டும். அதாவது நிமிடத்திற்கு 438 வார்த்தைகள்.

நான் இப்போது நிமிடத்திற்கு 100 வார்த்தைகள் என்ற நிலையில்தானே இருக்கிறேன் என்கிறீர்களா? உங்களை செயராமன் அளவுக்கு உயர்த்துவதுதான் எங்களது உடனடி நோக்கம். செய்யலாம். தயாராய் இருங்கள்.

இப்போது சில கேள்விகளுக்குப் பதில் அளியுங்கள்.

இவை கடினமானவை அல்ல. இதற்குப் படித்துத் தயார் செய்ய அவசியம் இல்லை. மிகைப்படுத்தாமல், உண்மையான பதிலைச் சொல்லுங்கள்.

பக்கம் பக்கமாக எழுதத் தேவையில்லை. ஆம் அல்லது இல்லை என்று சொன்னால் போதும்.

01. வேகமாகப் படித்தால் மனதில் பதியாது.
02. மனதில் பதிய வேண்டுமானால் மெதுவாகத்தான் படிக்க வேண்டும்.
03. கவனமாகப் படித்தால்தான் படித்தது மனதில் நிற்கும்.
04. ஒவ்வொரு வார்த்தையையும் கவனித்துப் படித்தால் தான் படித்ததைப் பற்றிக் கேள்வி கேட்டால் பட்டென்று சரியான பதிலைச் சொல்ல முடியும்.

05. சத்தம் போட்டுப் படித்தால்தான் படிப்பது மனதில் பதியும்.

06. வெளியில் கேட்காமல் மனதுக்குள் படிப்பதுதான் நினைவில் நிறுத்துவற்கு ஏற்ற வழி.

07. எதைப் படிக்கிறோமோ அதை முழுமையாகப் புரிந்து கொள்ள வேண்டும்.

08. எதைப் படித்தோமோ அதை முழுமையாக நினைவு படுத்திக் கொள்ள இயல வேண்டும்.

09. வரிகளின் போக்கிலேயே உங்கள் கண்களும் நகர வேண்டும்.

10. படித்துக் கொண்டே வரும்போது நடுவில் ஏதோ ஒன்று புரியவில்லை. உடனே வாசிப்பதை நிறுத்தி விட்டு மீண்டும் முதலிலிருந்து படிக்க வேண்டும்.

11. வரிகளின் மேல் விரலை வைத்து நகர்த்திக் கொண்டே படிப்பதுதான் வசதியாக இருக்கிறது.

12. வரிகளின் மேல் விரலை நகர்த்திக் கொண்டு படிப்பது வேகத்தைக் குறைக்கிறது. இந்தப் பழக்கத்தை மாற்ற வேண்டும்.

13. படித்துக் கொண்டு வரும்போது இடையில் எதுவும் புரியாமல் போனால் முதலில் அந்தச் சந்தேகத்தைத் தீர்த்துக் கொண்டு அதற்குப் பிறகே தொடர வேண்டும்.

14. புத்தகத்தின் அமைப்பு வரிசைப்படிதான் படித்துக் கொண்டு போக வேண்டும்.

15. வெளிநாட்டுப் புத்தகங்கள் பலவற்றையும் எந்தப் பக்கத்திலிருந்து வேண்டுமானாலும் ஆரம்பித்து முன் பின்னாகப் படிக்கலாம்.

16. பல புத்தகங்களைப் பக்க வரிசைப்படி படிக்க வேண்டிய அவசியம் இல்லை.

17. வேகமாகப் படிக்க வேண்டும் என்பதற்காக இடையிடையே வார்த்தைகள், பத்திகளை விட்டுவிட்டுத் தாவுவது கெட்ட பழக்கம்.

18. பக்கத்திலேயே குறிப்புப் புத்தகத்தை வைத்துக் கொண்டு குறிப்பெடுத்துக் கொண்டு வந்தால் தான் படித்ததைப் பயன்படுத்த முடியும்.

19. படிக்கும்போது முக்கியமான விசயங்களை அடிக் கோடிட்டு வைத்தால்தான் படித்த மாதிரியே இருக் கும்.

20. படிக்கும் மன நிலை முக்கியமானது. இல்லா விட்டால் படிப்பது நினைவில் தங்காது.

21. ஈடுபாட்டோடு படித்தால்தான் படிப்பது மனதில் நிற்கும்.

22. ஆர்வத்தோடு படித்தால் வேகமாகப் படித்து முடிக் கலாம்.

23. குறிப்புகளை வரிசைப்படி சீராக எழுதி வைத்துக் கொள்ள வேண்டும்.

24. எப்போதும் அகராதி ஒன்றைப் பக்கத்திலேயே வைத்துக் கொள்ள வேண்டும். ஏதாவது ஒரு வார்த்தை க்கு அர்த்தம் தெரியாவிட்டால் உடனே புரட்டிப் பார்த்துத் தெரிந்து கொள்ள வேண்டும்.

25. வேகமாகப் படித்தால் விளங்காமல் போய்விடும்.

26. ஒவ்வொருவருக்கும் இவ்வளவுதான் முடியும் என்கிற வரையறை இருக்கும். அதற்கு மேல் வாசிக்கும் வேகத்தை அதிகரிக்க இயலாது.

27. படிப்பதையும் குறிப்பெடுப்பதையும் ஒரே நேரத்தில் செய்யக் கூடாது.

28. படித்துக் கொண்டே குறிப்பெடுத்தால் இரண்டிலுமே கவனம் செலுத்த இயலாது.

29. படிக்கும்போதே குறிப்பெடுக்க ஆரம்பித்தால் படிப் பதை ரசிக்க முடியாது.

30. கண்களில் தெளிவாக விழுவதை மட்டுமே படிக்க முடியும்.

31. தற்போது எனது படிக்கும் வேகம் குறைவாக இருக்கிறது. பயிற்சி எடுத்துக் கொண்டால் இதைப் பல மடங்கு உயர்த்துவேன்.
32. நிமிடத்திற்கு 1000 வார்த்தைகள் என்பது கட்டுக் கதை.
33. பொழுதுபோக்குவதற்காகப் படிக்க அமர்கிறேன். அப்புறம் அதை எதற்கு வேகமாகப் படிக்க வேண்டும்?
34. பிறவி மேதைகள் வெகு வேகமாகப் படிப்பார்கள்.
35. நிதானமான வாசிப்பு வேகம் போதுமானது.

நீங்கள் இவற்றுள் எத்தனை விசயங்களோடு ஒத்துப் போகிறீர்கள்?

எத்தனை விசயங்களை மறுக்கிறீர்கள்?

ஏன் உங்களுக்கு உடன்பாடு இல்லை?

ஏற்கனவே எத்தனை விசயங்களைக் கேள்விப்பட்டிருக்கிறீர்கள்?

இவற்றுள் எவை, எவை முக்கியம் என்று கருதுகிறீர்கள்?

பதில்களைத் தயார் செய்து விட்டீர்களா?

எத்தனை ஆம்கள்? எத்தனை இல்லைகள்?

எல்லாவற்றையும் எடுத்து ஒரு ஓரமாக வைத்து விடுங்கள்.

31க்கு உங்கள் பதில் என்ன?

ஆம் என்பதா? இல்லை என்பதா?

ஆம் என்று சொல்லி இருக்கிறீர்களா? ஆம். அப்படித்தான் நடக்கும்.

இல்லை என்று சொல்லி இருக்கிறீர்களா?

அதை ஆம் என்று மாற்றப்பாருங்கள்.

நிச்சயம் உங்களால் ..

நிமிடத்திற்கு 438 வார்த்தைகளைப் படித்து செயராமனை மிஞ்ச முடியும்.

வேகத்தை 1000க்கு உயர்த்த முடியும்.

அதற்கு மேலும் செல்ல இயலும்.

சாதனை படைக்க முடியும்.

பெரும்பாலானவர்கள் தங்களது வாசிப்பு வேகம் எந்த வயதிலும் குறையவே கூடாது என்று நினைப்பார்கள். ஆனால் அதை எப்போதும் பராமரிப்பது கடினம். வயது ஆகஆக வேகம் குறையும். ஆனால் சில பயிற்சிகளால் இந்த வேகத்தைக் குறைத்துக் கொள்ளலாம். வீழ்ச்சியைக் கட்டுப்படுத்தலாம். வேகமதிகரிக்கும் போக்கையும் வேகமெடுக்க வைக்கலாம்.

6. எவ்வளவு வேகத்தில் வாசிக்க வேண்டும்?

நீங்கள் எவ்வளவு வேகமாக வாசிக்க வேண்டும்? இது உங்களது தேவையைப் பொருத்தது.

சின்ன வயதில் கோடை விடுமுறையின்போது பத்துக் கதைப் புத்தகங்களைப் படித்திருப்பீர்கள்.

அடுத்து உயர்நிலைப் பள்ளி வயதை எட்டியபோது இந்த எண்ணிக்கை இருபது முதல் ஐம்பது என்ற எண்ணிக்கையைத் தொட்டிருக்கலாம். அப்புறம் கல்லூரி நாட்களில் விழுந்து விழுந்து படித்திருப் பீர்கள்.

வேலைக்காகவும் போட்டித் தேர்வுகளுக்காகவும் எக்கச்சக்கமாய்க் கரைத்துக் குடித்திருப்பீர்கள்.

உங்கள் வயது ஏற ஏற உங்களது வாசிக்கும் வேகம் உயர்ந்து கொண்டே வந்திருப்பதைக் காண்பீர்கள். ஒரு குறிப்பிட்ட வயதிற்கு மேல் இந்த வேகம் குறைந்து வருவதையும் காண முடியும். ஏனெனில் படிப்புக்கான தேவைகள் குறைய ஆரம்பித்து விடுகின்றன.

ஐந்து வயதில் ஆரம்பித்து நாற்பது வயதை எட்டுவதை நடுத்தர வயது என்போம். உங்கள் வாசிப்பு வேகம் இந்தக் காலகட்டத்தில் சீரான வளர்ச்சியைச் சந்தித்து வந்திருக்கும். நாற்பது வயது முதல் ஐம்பது வயது வரை வேகத்தில் மாற்றம் இல்லை என்று வைத்துக் கொள்வோம்.

ஐம்பது வயதிற்கு மேல் வேகம் குறையக் கூடும். இதை நீங்கள் ஒரு வரைபடமாக வரைந்து பாருங்கள். எப்படி இருக்கிறது?

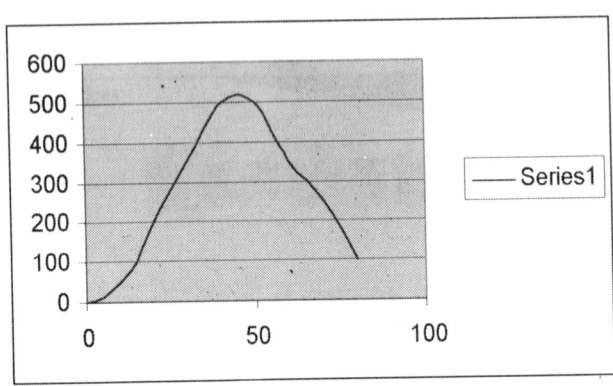

எல்லாருக்குமே வாசிப்பு வேகம் இப்படித்தான் இருக்கும் என்று சொல்வதற்கில்லை. சிலருக்கு உயர்ச்சி வேகம் கூடுதலாக இருக்கலாம். வீழ்ச்சி வேகம் குறைவாக இருக்கலாம். சீரான நிலையில் இருக்கும் கால் சில ஆண்டுகளாக இருக்கக்கூடும்.

பெரும்பாலானவர்கள் தங்களது வாசிப்பு வேகம் எந்த வயதிலும் குறையவே கூடாது என்று நினைப்பார்கள். நல்ல நினைப்புத் தான். ஆனால் அதைப் போல் எப்போதும் பராமரிப்பது கடினம். வயது ஆக ஆக வேகம் குறையும்.

ஆனால் சில பயிற்சிகளை மேற்கொள்வதன் மூலம் இந்த வேகத்தைக் குறைத்துக் கொள்ளலாம். வீழ்ச்சியைக் கட்டுப் படுத்தலாம். வளர்ச்சி வேகம் அதிகரித்துச் செல்லும் போக்கையும் வேகம் எடுக்க வைக்கலாம்.

உங்களது பல்வேறு வாழ்க்கைப் பருவங்களில் வாசிப்பு வேகம் எப்படி அமையலாம்?

பருவம்	வாழ்க்கைக் கட்டம்	வாசிப்பு வேகம்
பள்ளி	1	120
உயர் நிலைப்பள்ளி	2	230
மேல் நிலைப் பள்ளி	3	300
கல்லூரி	4	410
பட்ட மேற்படிப்பு	5	560
ஆராய்ச்சி	6	600
வேலை, போட்டித் தேர்வு	7	650
நடுத்தர வயது	8	420
முதுமை	9	180

இதை வரைபடமாக ஆக்கிப் பாருங்கள்.

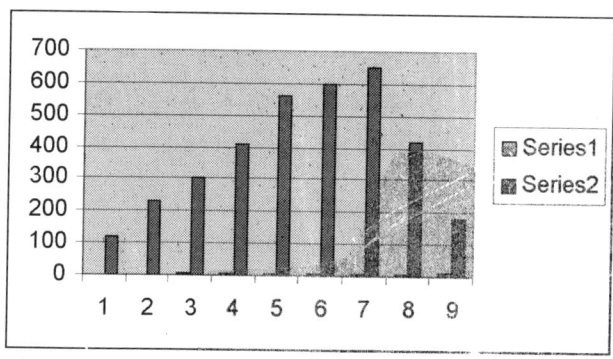

இதில் நீங்கள் இப்போது இருக்கும் கட்டம் எது?

அடைய விரும்பும் நிலை எது? இளம் வயதிலேயே அதி வேகத்தை அடைய நினைக்கிறீர்களா? அதே வேகத்தைத் தக்க வைத்துக் கொள்ள விரும்புகிறீர்களா? அதற்கு எப்படித் திட்டமிட்டுப் பயிற்சி எடுத்துக் கொள்ள வேண்டும் என்பதைக் கவனிக்க வேண்டும்.

என்னுடைய தற்போதைய வாசிப்பு வேகம் நிமிடத்திற்கு 230 வார்த்தைகள்.

அடைய விரும்பும் வேகம் நிமிடத்திற்கு 650 வார்த்தைகள்.

இப்போது என் வயது 24.

அதி வேகத்தை எட்ட வேண்டிய வயது 26.

தக்க வைத்துக் கொள்ள வேண்டிய வருடங்கள் 25.

இதற்கு நீங்கள் நிறையப் படிக்க வேண்டும்.

வேகமாகப் படிக்க வேண்டும்.

வாசிப்பதை இடைவிடாத பயிற்சியாக மேற்கொள்ள வேண்டும்.

இந்தப் பயிற்சியைச் சலிப்பில்லாமல் பின்பற்ற வேண்டும்.

இதற்கு நீங்கள் உங்களைத் தயார் செய்து கொள்ள வேண்டும்.

பயிற்சிகளை எந்த வயதில் ஆரம்பித்தாலும் சரி. இப்போது படிக்கும் வேகத்தை விட இன்னும் சற்றுக் கூடுதலாக்க வேண்டும். அடுத்து அதற்கு மேல் வேகம் எடுக்க வேண்டும். அதன்பின் அதையும் மிஞ்ச வேண்டும்.

இப்படி வேகம், அதி வேகம், அதிகதிக வேகம் என்று போய்க் கொண்டே இருக்க வேண்டும்.

ஒரு விநாடியில் ஐநூற்றில் ஒரு பங்கு நேர இடைவெளியில் நான்கு வார்த்தைகளைத் தடங்கல் இல்லாமல் படிக்க முடிந்தால் ஒரு நிமிடத்தில் உங்களால் ஒரு லட்சத்து இருபது ஆயிரம் வார்த்தைகள்வரை படித்துவிட முடியும் என்று கணக்கு சொல்கிறது.

7. எப்படி வந்தது இது?

அந்தக் காலத்தில் எழுத்துக்களே கண்டுபிடிக்கப் படாத நிலையில் மனிதர்கள் எப்படிச் செய்திகளைப் பரிமாறிக் கொண்டார்கள்? ஒரு பறவையைக் குறிக்க வேண்டுமானால் பறவையைப் போலவே ஒரு படத்தை வரைவார்கள்.

பாம்பைக் குறிக்க வேண்டுமானால் பாம்பை வரைவார்கள். பழங்காலப் பாறை மற்றும் குகை ஓவியங்களைப் பார்த்திருப்பீர்கள். எகிப்திய நாக ரிக்கத்தின்போது வரையப்பட்ட படங்களை இன்றைக்கும் பார்க்கலாம்.

அப்புறம் திக்கித் திணறி, தட்டுத் தடுமாறிப் பேசக் கற்றுக் கொண்டதை எழுத்து வடிவில் பதித்து வைக்கத் தலைப்பட்டார்கள். கல்வெட்டுக்களாகப் பொறித்து வைத்தார்கள். களிமண் பாளங்களில் கீறி வைத்துக் கொண்டார்கள்.

அதற்கப்புறம் வந்த காலத்தில் பனைஓலை நறுக் குகளில் ஆணி கொண்டு எழுதினார்கள். அது

பாப்பிரஸ் காகிதம் பிறக்க வழி செய்தது. காகிதம் கண்டுபிடிக்கப்பட்ட பல ஆண்டுகளுக்குப் பிறகே அச்சுக் கலை தோன்றியது.

அதுவரை ஒரு புத்தகத்தை எழுதி முடிக்க ஆண்டுக்கணக்கில் ஆகிக் கொண்டு இருக்கிறது. நல்ல வேளை. நீங்கள் அந்தக் காலத்தில் இல்லாமல் போனீர்கள். இருந்திருந்தால் மொத்தப் புத்தகங்களையும் மூன்றே நாட்களுக்குள் படித்து முடித்திருப் பீர்கள்.

அச்சுக் கலை படியெடுப்பதை விரைவுபடுத்திற்று. அதிலும் கிடுகிடு வளர்ச்சி. அதனை அடுத்துத் தட்டச்சு, கணினி எல்லாம் வந்துவிட்டன. இன்றைக்கு ஒரு பெரிய நூலகத்தையே ஒரு குறுவட்டில் அடக்கிக் கொண்டு எடுத்துப் போய்விடுவீர்கள்.

இப்போது உங்களுக்கு ஒரு கேள்வி.

எப்படி வந்தது இது என்பதில் தொடங்கி போய்விடுவீர்கள் என்பது வரை உள்ள வரிகளைப் படிக்க எவ்வளவு நேரத்தை எடுத்துக் கொண்டீர்கள்?

இரண்டு நிமிடம்?

ஒரு நிமிடம்?

அரை நிமிடம்? நாற்பது நொடி. இருபது நொடி?

இரண்டே நொடி?

அதெப்படி இரண்டு நொடியில் முடியும் என்று கேட்கிறீர்களா? ஆதி மனிதன் தோன்றிய நாளிலிருந்து அமெரிக்கப் பொருளா தார வீழ்ச்சி வரை உலகம் சந்தித்து வந்த வளர்ச்சி பற்றி எது உங்களுக்குத் தெரியாமல் இருக்கிறது?

இதைத் தான் சொல்ல வருவீர்கள் என்று ஊகித்ததால் சட்டென்று வரிகளைத் தாண்டி வந்து நின்றுவிட்டேன்.. ஆகவே அரை நொடி என்பது அதிகம்தான் என்கிறீர்களா? பாராட்டுக்கள்.

எல்லாவற்றிற்கும் கண்டிப்பாக ஒரு வரலாறு இருக்கும்.

இதற்கும் இருக்கிறது.

வேகமாகப் படிக்க வேண்டும். அதைப் பயிற்சியின் மூலம் எட்ட வேண்டும் என்பது அவசியத் தேவையாக உணரப்பட்ட நிலை உருவானது. அந்த நேரத்துத் தேவையைச் சமாளிப்பதற்காக உருவாக்கப்பட்ட பயிற்சி மற்றும் வழிமுறைகளைத் தொடர்ந்து பல தேவைகளுக்கும் பயன்படுத்திக் கொள்ளலாம் என்கிற நிலை எழுந்தது.

வேகமாகப் படிக்கும் பழக்கம் எப்படி வந்தது என்கிற வரலாற்றைக் கொஞ்சம் புரட்டிப் பார்ப்போம்.

இருபதாம் நூற்றாண்டில்தான் இந்த வழக்கம் தோன்றியது. அதற்கு முக்கியக் காரணம் உண்டு. அச்சுக்கலை வேகமாக வளர்ந்தது. எந்தப் பொருள் குறித்தும் எழுதிக் குவிக்க வல்லவர்கள் பெருகினார்கள். பதிப்புத் தொழில் இறக்கை கட்டிக் கொண்டு பறக்கத் தொடங்கியது.

புதுப் புது நூல்கள் வெளிவந்து கொண்டே இருந்தன. இலையைப் போட்டுச் சாப்பிட உட்கார்ந்தவருக்கு முன்னால் அண்டா அண்டாவாக அள்ளி வைத்தால் என்ன ஆகும்? உணவோ சுவையானது. உண்ண நினைப்பவர் என்ன செய்வார்?

வேக வேகமாக வாரி விழுங்கிக் கொள்ளப் பார்ப்பார்.

இது வெறும் உடற்பசிக்கான உதாரணம்.

அறிவுப் பசிக்கு என்ன செய்வது?

புத்தகங்கள் பெரும் எண்ணிக்கையில் தயாராகக் காத்திருக் கின்றன. எதைப் படிப்பது எதை விடுவது என்கிற பதற்றம் வாசகனுக்கு. எவ்வளவு முடியுமோ அவ்வளவையும் படித்து முடித்துவிட ஆவல்.

அறிவுப் பசிக்கான தீனி ஒரு போதும் செரிக்காமல் போகாது. எவ்வளவு வேண்டுமானாலும் கொட்டிக் கொள்ளலாம். திகட்டாது. செரித்துப் போகும்.

ஒத்துக் கொள்கிறீர்கள் இல்லையா?

ம. லெனின்

உங்களை இதை உட்கார்ந்து படிக்க வைத்த நிகழ்ச்சி எதனால் ஏற்பட்டது என்று தெரியுமா?

உலகப் போரால். ஆமாம். முதலாம் உலகப் போர்தான் இதற்கு வித்திட்டது. அதன் விதை ஊன்றப்பட்ட இடம் இங்கிலாந்தின் விமானப் படை. விமானம் என்றாலே வேகம்தானே?

விமானத்தில் பறந்தபடியே செல்லக் கூடிய விமானிகளுக்கு ஒரு விநோதத் தேவை எழுந்தது. அவர்கள் தங்களுக்கு எதிரில் பறந்து வரும் எதிரி விமானங்களையும் கண்காணிக்க வேண்டும். அதே சமயத்தில் நட்பு விமானங்களையும் அடையாளம் கண்டு கொள்ள வேண்டும்.

அதைத் தவிர எதிரிகளின் இலக்குகளையும் சரியாகக் குறிபார்த்து வீழ்த்த வேண்டும்.

மிக மிகக் குறைவான நேரத்தில் விமானிகள் சரியான முடிவுகளை எடுத்தாக வேண்டும். அதில் மயிரிழை அளவு தவறு நேர்ந்தாலும் உயிர் உங்களுடையது இல்லை என்று ஆகிவிடும். பெரும்பாலான விமானிகள் இதில் திணறினார்கள்.

அவர்களால் வேகமாக விமானங்களையும் இலக்குகளையும் அடையாளம் கண்டு கொள்வது கடினமாக இருந்தது. இது கடுமையான குறை ஆயிற்றே. உடனே சரி செய்தாக வேண்டுமே? என்ன செய்யலாம் என்று யோசித்தார்கள்.

அப்போதுதான் டாகிஸ்டாஸ்கோப் (Tachitoscope) என்ற சாதனத்தைக் கண்டுபிடித்தார்கள். அது என்ன செய்யும்? மிகப் பெரிய திரை ஒன்றில் பட் பட்டென்று படங்களைக் காட்சிப்படுத்தும். மிகக் குறைந்த நேர இடைவெளியில் படங்களைத் தோன்றச் செய்யும்.

பெரிய அளவில் நட்பு விமானத்தைக் காட்டுவார்கள். இது பல நொடிகளுக்குத் திரையில் காட்டப்படும். படிப்படியாக விமானங்களின் அளவைக் குறைத்துக் காட்ட ஆரம்பிப்பார்கள். அதேபோல், விமானங்களைக் காட்டும் நேரத்தையும் குறைத்துக் கொண்டே வருவார்கள்.

எதிரி விமானங்களையும் இதே வகையில் இடையிடையே புகுத்துவார்கள்.

போர் விமானிகள் இந்தக் காட்சிகளைக் கூர்ந்து கவனிக்க வேண்டும். எது நட்பு விமானம், எது பகை விமானம் என்பதைச் சட்டென்று கண்டுணர வேண்டும். இதுதான் போர் விமானிகளுக்கு அளிக்கப்பட்ட பயிற்சி.

விமானங்களைக் காட்சிப்படுத்தும் கோணங்களையும் மாற்றுவார்கள். வெளிச்ச அளவை மாற்றுவார்கள்.

திரும்பத் திரும்ப இதே போன்ற பயிற்சி.

பயிற்சி முடிந்ததும் போருக்கு அனுப்பி வைப்பார்கள்.

பயிற்சிக்கு முன்பு போர் விமானிகளுக்கு எது தொந்தரவாக இருந்ததோ அது இப்போது விளையாட்டுப் போல் ஆகி விட்டது. விமானங்களை அவர்கள் மிகச் சரியாக அடையாளம் கண்டு கொண்டார்கள். இலக்குகளைக் குறிபார்த்து அடித்துத் துவைத்தார்கள். வெற்றி.

இங்குதான் யாருக்கோ பொறி தட்டி இருக்கிறது.

அவ்வளவு வேகத்தில் பறந்து வரும் விமானங்களையே கண்ணால் பார்த்து வகைப்படுத்தி விட முடிகிறபோது அதே வேகத்தில் கண்களை நகர்த்திப் படிக்கும் வேலையையும் படு வேகமாகச் செய்தால் என்ன என்று யோசித்திருக்கிறார்கள்.

அதே டாகிஸ்டாஸ்கோப்பை எடுத்துக் கொண்டார்கள்.

ஒரு வார்த்தையைப் பெரிய எழுத்தில் ஐந்து நொடிகளுக்குக் காட்ட வேண்டியது.

படிப்படியாக எழுத்துக்களின் அளவைக் குறைத்துக் கொண்டே வருவது.

காட்டப்படும் இடைவெளியையும் குறைப்பது.

போர்

போர்

போர்
போர்
போர்

ம. லெனின்

இதைப் போல் எழுத்துக்களின் அளவைச் சின்னதாக்கிக் கொண்டே செல்வது. திரையில் எழுத்துக்கள் தோன்றும் நேரத்தையும் படிப்படியாகக் குறைத்துக் கொண்டே வருவது.

அடுத்த நடவடிக்கை, வார்த்தைகளை அதிகப்படுத்துவது.

போர் வெற்றி

போரில் வெற்றி பெற

போரில் வெற்றி பெற வேண்டுமானால்

போரில் வெற்றி பெற வேண்டுமானால் என்ன செய்ய

போரில் வெற்றி வேண்டுமானால் என்ன செய்ய வேண்டி இருக்கும்?

இதைப் போல் வார்த்தைகளின் எண்ணிக்கையை அதிகரித்துக் கொண்டே செல்வது. அவற்றின் அளவையும் குறைத்தபடியே செல்வது. வார்த்தைகளைக் காட்டும் நேரத்தைக் குறைப்பது. இது மாதிரியான பயிற்சிகளை அளிக்க ஆரம்பித்தார்கள்.

இதில் என்ன ஆச்சரியம் நிகழ்ந்தது தெரியுமா? போர் விமானிகளுக்கு ஏற்பட்ட அதே அனுபவம்தான்.

எழுத்துக்கள் சிறியனவாக இருக்கின்றனவா? அது ஒரு தடை இல்லை.

வார்த்தைகளின் எண்ணிக்கை அதிகமாகிக் கொண்டே போகிறதா?

திரையில் காட்டப்படும் நேரம் குறைந்து கொண்டே செல்கிறதா?

எதைப் பற்றியும் கவலைப்படத் தேவையில்லை.

விளைவு?

எத்தனை சிறிய எழுத்துக்களாக இருந்தாலும் கவலை இல்லை.

எத்தனை நீள வார்த்தைகளாக வேண்டுமானாலும் இருக்கட்டும். பரவாயில்லை.

எத்தனை எண்ணிக்கையிலான வார்த்தைகளாகவும் இருந்துவிட்டுப் போகட்டும்.

விளைவு ஒன்றுதான்.

எல்லாவற்றையும் படிக்க முடிந்தது.

அது மட்டுமல்ல. வேகமாகவும் படிக்க முடிந்தது.

அதுதான் வெற்றி.

சொன்னால் அவ்வளவு எளிதில் நம்ப மாட்டீர்கள். ஒரு விநாடியில் ஐநூற்றில் ஒரு பங்கு நேர இடைவெளியில் நான்கு வார்த்தைகளைத் தடங்கல் இல்லாமல் படிக்க முடிந்தது. இந்த வேகம் குறித்து என்ன சொல்வீர்கள்?

1/500 நொடியில் 4 வார்த்தைகள்

அப்படியானால் ஒரு நொடியில் 500×4= 2000 வார்த்தைகள்.

ஒரு நிமிடத்தில்?

2000 × 60 = 1,20,000

ஆக ஒரு நிமிடத்தில் உங்களால் ஒரு லட்சத்து இருபது ஆயிரம் வார்த்தைகள் வரை படித்துவிட முடியும் என்று கணக்கு சொல்கிறது.

டாகிஸ்டாஸ்கோப்பை வைத்துப் பயிற்சி அளித்தவர்கள் எல்லாருமே இப்படியொரு வேகத்தை எட்டிப் பிடித்து விடுவோம் என்றுதான் நம்பினார்கள். அவர்களிடம் பயிற்சி எடுத்துக் கொண்டவர்களும் அப்படித்தான் நம்பினார்கள்.

முதல் சில வாரங்களில் வாசிப்பின் வேகம் அதிகரித்தது என்பது என்னவோ உண்மைதான். நிமிடத்திற்கு 200 வார்த்தைகள் என்ற வேகத்தில் படித்துக் கொண்டிருந்தவர்கள் 400 வார்த்தைகளை எட்டினார்கள்.

இதே வேகத்தில் 800, 1600, 3200, 6400 என்று வேகம் கூடிக் கொண்டு போகும் என்று நினைத்தார்கள். அப்படி ஆகவில்லை. அதற்குப் பல காரணங்கள் இருக்கின்றன. அவை உங்களுக்கு எந்த வகையிலும் உதவப் போவதில்லை.

எனவே அவற்றை மறந்து விடுவோம்.

உங்களால் நிமிடத்திற்கு ஆயிரம் வார்த்தைகளைப் படிக்க முடியும் என்ற வேகத்தை எட்டலாம் என்பது எல்லாரும் ஏற்றுக்கொள்ளக் கூடிய வேகமாக இருக்கும்.

நிமிடத்திற்கு 1,20,000 வார்த்தைகள் என்ற வேகத்தை எட்ட முடியவில்லையே என்று கவலைப்படாதீர்கள். உலகம் ஒரு விசயத்தைத் தெளிவாகப் புரிந்து கொண்டது. அது என்ன என்பதைக் கேளுங்கள்.

நீங்கள் படிக்கவோ வாசிக்கவோ செய்கிறீர்கள்.

எதனால் படிக்கிறீர்கள்?

கண்களால்.

எதனால் வாசிக்கிறீர்கள்?

வாயால்.

இதுதான் உங்கள் பதிலா?

இரண்டுமே தவறு.

நீங்கள் படிப்பதோ வாசிப்பதோ உங்கள் மூளையால்.

அதற்கு உதவி செய்யும் சாதனங்கள்தான் கண்ணும் வாயும்.

விசயம் உள்ளே இருக்கிறது.

அதாவது உங்கள் மூளைக்கு உள்ளே இருக்கிறது.

உங்கள் மெய், வாய், கண், மூக்கு, செவி என ஐம்புலன்களையும் ஒத்துழைக்க வைத்தால் நீங்கள் விரும்புகிற வேகத்தில் வேக வேக வேகமாய்ப் படிக்க முடியும்.

உலகில் வெகு வேகமாக வாசிக்கக் கூடியவர்கள் பற்றிய வரைபடத்தைப் பாருங்கள். நிமிடத்திற்கு 1560 வார்த்தைகள் என்ற வேகத்தில் இருப்பவர் முதல் படியில் இருக்கிறார். உச்சிப் படியில் நிற்பவர் 3850 வார்த்தைகள் என்ற வேகத்தோடு நிற்கிறார்.

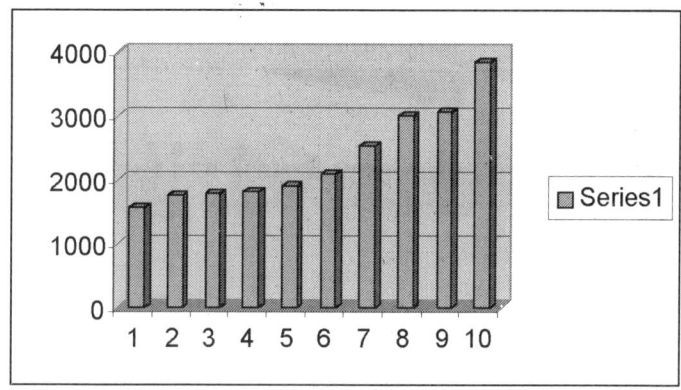

இந்தப் படி இதற்கு மேல் வலப்பக்கத்தில் வளர வாய்ப்பு இல்லை. இடப்பக்கத்தில் குறைந்து கொண்டே செல்லும் என்பது உறுதி. இதில் நீங்கள் எந்த இடத்தில் இருக்கிறீர்கள்? இந்தப் புத்தகத்தைப் படித்து முடித்த பிறகு எந்த இடத்தில் இருப்பீர்கள்?

ஒன்றை மட்டும் நினைவில் வைத்துக் கொள்ளுங்கள்.

நீங்கள் இந்த உலக சாதனையாளர்களோடு மல்லுக்கு நிற்க வேண்டாம். அது தேவையும் இல்லை. அவர்கள் சாதனை படைக்கும் மொழி வேறு. உங்களுடையது வேறு. நீங்கள் முதலையாய் இருந்தால் தண்ணீரில் இருங்கள். யானையாய் இருந்தால் தரையில் இருங்கள். அப்போதுதான் உங்கள் பலத்தை முழுமையாகப் பயன்படுத்திக் கொள்ள முடியும்.

ம. லெனின்

நீங்கள் நினைத்தால் தமிழ்நாட்டிலேயே வேகமாகப் படிக்கக் கூடியவர் என்ற சாதனையைச் செய்யலாம். முதலில் உங்கள் தெருவில் இருந்து ஆரம்பிக்கலாமே. முண்டகக் கண்ணி அம்மன் முதல் தெருவில் நீங்கள்தான் அதிக வேகமாகப் படிக்கக் கூடியவர் என்பதை நிரூபியுங்கள்.

8. எந்த மொழியில் எவ்வளவு வேகம் சாத்தியம்?

எந்த மொழியில் எவ்வளவு வேகம் சாத்தியம்? இதற்குப் பதில் சொல்வதில் உங்களுக்கு என்ன சிரமம் இருக்கப் போகிறது?

சுஷந்த குமார் சாஹூ நிமிடத்திற்கு 455 வார்த்தைகளைப் படிப்பார்.

கல்பனா ராய் நிமிடத்திற்கு 399 வார்த்தைகளை வாசித்து விடுவார்.

மணிவண்ணன் நிமிடத்திற்கு 513 வார்த்தைகளை வாசிப்பார்.

இவர்களில் யார் மிகச் சிறந்த வேகக்காரர்?

ஒவ்வொருவரும்தான். ஏன்?

சாஹூ ஒரிய மொழியில் படிப்பார்.

ராய் வங்க மொழியில்.

மணிவண்ணன் தமிழில்.

அவரவர்கள் அவரவர் தாய்மொழியில் வேமாகத் தான் படிப்பார்கள். சாஹூவை யாப்பருங்கலக் காரிகையை வாசி என்று சொல்ல முடியுமா?

மணிவண்ணனை ஏக் காவ் ஏக் தின் படி என்று கட்டாயப்படுத்த முடியுமா?

நடிகைகள் வெவ்வேறு மொழிகளில் எப்படிச் சமாளிக்கிறார்கள்?

உங்களுக்குப் புரிந்திருக்கும். யாருக்கு எந்த மொழி சரளமாகத் தெரியுமோ அந்த மொழியில் வேகமாக வாசிப்பார்கள்.

எனவே உங்களைக் கொண்டு போய் நைஜீரியா நாட்டில் ஒரு வேக வாசிப்பாளரோடு ஒப்பிடத் தேவையில்லை.

நீங்கள் பிரெஞ்சு மொழியில் வாசிக்கத் தடுமாறிக் கொண்டு இருப்பீர்கள். பிரெஞ்சுக்காரர் ஒருவரைத் தமிழ் படிக்கச் சொன்னாலும் அதே கதைதான்.

ஆங்கிலம் உலகம் முழுவதும் பயன்பாட்டில் இருப்பதால் ஆங்கிலத்தில் வாசிப்பதை ஓர் உலக அளவுகோலாக வைத்துக் கொள்கிறார்கள். அதை அப்படியே நாமும் ஏற்றுக் கொண்டு ஆக வேண்டும் என்பது கட்டாயமில்லை.

உங்கள் வேகம் இப்படி இருக்கிறது என்று வைத்துக் கொள்வோம்.

தமிழில் நிமிடத்திற்கு 589 வார்த்தைகள்

ஆங்கிலத்தில் 351

தெலுங்கில்13

இந்தியில் 74

ஜப்பானிய மொழியில் 123

எனவே, செம்மணி என்ற நீங்கள் ஒருவரே பல்வேறு வேகங்களில் படிக்கிறீர்கள். வேகம் மாறுபட மொழி காரணம்.

ஒரே மொழியில் படிப்பதாக இருந்தாலும் நீங்கள் எந்தப் பொருள் குறித்துப் படிக்கிறீர்கள் என்பதைப் பொருத்தும் வேகம் வேறுபடும்.

எல்லா மொழிக்கும் ஒரே வேகம் என்பது சாத்தியமில்லை.

எல்லாத் துறைகளுக்கும் ஒரே வேகம் என்பதையும் எட்ட முயல வேண்டாம்.

நீங்கள் சில வரையறைகளை ஏற்படுத்திக் கொள்ள வேண்டியது அவசியம்.

இந்த மொழியில் என் வாசிப்பு வேகத்தை அதிகப் படுத்துவேன்.

இந்தத் துறையில் வேகமாகப் படிக்கப் பயிற்சி எடுத்துக் கொள்வேன்.

எனக்குப் பிடித்தமானது இது. எனவே இதில் நிறையப் படிக்க வேண்டும்.

நான் இதில் தேர்ச்சி பெற்றால்தான் பதவி உயர்வு கிடைக்கும். அதற்காக நான் இதை வேகமாகப் படித்தே ஆக வேண்டும்.

என்னை விடப் பெரிய திறமை ஏதுவும் இல்லா தவர்களெல்லாம் வேக வேகமாகப் படிக்கிறார்கள். அவர்களோடு நான் போட்டி போட்டாக வேண்டும்.

நான் நிறைய மதிப்பெண் பெற வேண்டுமானால் நிறையப் படித்தாக வேண்டும். அதற்காக வேகமாகப் படிக்கப் பயிற்சி எடுத்துக் கொண்டே ஆக வேண்டும்.

நான் ஐ ஏ எஸ் தேர்விற்குத் தயார் செய்து கொண்டு இருக்கிறேன். ஏராளமாகப் படிக்க வேண்டி இருக்கிறது. எனவே எனக்கு வேகமாகப் படிக்க முடிய வேண்டும்.

இதில் ஏதாவது ஒன்று உங்களது தேவையாக இருக்கலாம். அதை அடைய வேண்டுமானால் நீங்கள் வேகமாகப் படிப்பதைப் பயிற்சி செய்து கொள்ள வேண்டும். உங்களுக்கு எது தேவை என்பதைத் தெரிந்து கொண்டு படிக்க வேண்டும். உங்களுக்கு விருப்பமும் ஈடுபாடும் உள்ளதைப் படிக்க வேண்டும்.

நீங்கள் நினைத்தால் தமிழ்நாட்டிலேயே வேகமாகப் படிக்கக் கூடியவர் என்ற சாதனையைச் செய்யலாம். முதலில் உங்கள் தெருவில் இருந்து ஆரம்பிக்கலாமே. முண்டகக் கண்ணி அம்மன் முதல் தெருவில் நீங்கள்தான் அதிக வேகமாகப் படிக்கக் கூடியவர் என்பதை நிரூபியுங்கள்.

அடுத்தது உங்கள் குடியிருப்பு. உங்கள் பகுதி. உங்கள் நகரம். உங்கள் வட்டம், மாவட்டம். மாநிலம். நாடு. உலகம்.

எல்லைகளை விரித்துக் கொள்ளலாம்.

சாதித்தவர்கள் உங்களைக் காட்டிலும் பெரிய திறமை எதையும் தங்களோடு தனியாகக் கொண்டு வந்தவர்கள் இல்லை. எல்லாம் வளர்த்துக் கொண்டவைதான். உங்களால் மட்டும் முடியாமல் போய்விடுமா என்ன?

செல்லச்சாமி குறைந்த அளவே படித்தவர் என்பதோ
உமாபதி மெத்தப் படித்தவர் என்பதோ
இதற்குக் காரணமில்லை. செல்லச்சாமி
தேடித்தேடிப் படிக்க வேண்டியதாக இருக்கிறது.
உமாபதி ஒரே சீராகப் படிக்கிறார்.
அவ்வளவுதான் வித்தியாசம்.

9. கண்ணே என் கண்ணே

உங்கள் மூளை என்ற கோட்டைக்குள் விசயங்கள் நுழைய வேண்டுமானால் உங்கள் கண்கள் என்ற இரண்டு வாயில்களின் வழியாகத்தான் அவை போக வேண்டும்.

இப்படிக் கற்பனை செய்து பாருங்கள். உங்களுக்கு ஒரே ஒரு கண் மட்டுமே இருப்பதாக ஒரு பேச்சுக்கு வைத்துக் கொள்வோம். அதுதான் உங்கள் கை விளக்கு. வெளியில் ஒரே இருள்.

நீங்கள் ஒரு கோட்டையின் மேல் நிற்கிறீர்கள். உங்களிடம் ஒரே ஒரு கை விளக்கு மட்டுமே இருக்கிறது. கோட்டையின் முன்புறம் ஏராளமான வீரர்கள் நிற்கிறார்கள். அவர்கள் யார், என்ன என்கிற விவரங்களை நீங்கள் தெரிந்து கொள்ள வேண்டும்.

என்ன செய்வீர்கள்?

உங்கள் விளக்கு ஒரு சிறு ஒளிக்கற்றையை மட்டுமே அளிக்கிறது.

எப்படித் தேடுவீர்கள்?

படத்திலுள்ளபடி விளக்கை இடமிருந்து வலமாகவோ வலமிருந்து இடமாகவோ நகர்த்திக் கொண்டே யார் நிற்கிறார்கள் என்று பார்ப்பீர்கள்.

எதிரில் நிற்கும் ஒவ்வொரு வீரனின் முகத்தையும் ஆராய்வீர்கள். ஒருவரைப் பார்த்த பிறகு அடுத்தவரை அணுகுவீர்கள்.

ஒரே திசையில் ஒவ்வொரு வீரனாகப் பார்த்துக் கொண்டு போகிறீர்கள்.

நீங்கள் இப்போது இறங்கிக் கொள்கிறீர்கள். உங்கள் தளபதியை மேலே ஏற்றிவிட்டுப் பார்க்கச் சொல்கிறீர்கள்.

அவர் எப்படிப் பார்க்கிறார்?

அடுத்து உங்கள் அமைச்சரைப் பார்க்கச் சொல்கிறீர்கள். அவர் எப்படிப் பார்க்கிறார்?

மூன்று பேருமே வீரர்களைத்தான் தேடுகிறார்கள். ஆனால் தேடும் விதம் வேறுபடுவதைக் கவனித்தீர்களா?

முதலில் மன்னர் எப்படித் தேடுகிறார்?

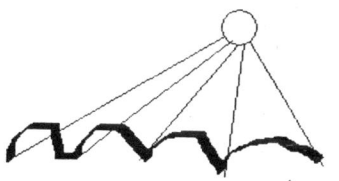

படம் 1.

இடமிருந்து வலமாக (அவருக்கு வலமிருந்து இடமாக) படம் 1ல் காட்டியுள்ளபடி ஒவ்வொரு வீரரின் மேலும் விளக்கை அடித்து வரிசையாகச் சோதித்துக் கொண்டு வருகிறார்.

படம் 2.

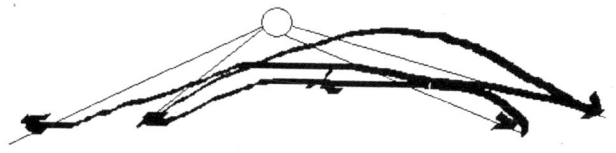

ம. லெனின்

தளபதி எந்த ஒழுங்கையும் பின்பற்றவில்லை. இப்படியும் அப்படியுமாக எப்படியெப்படியோ ஆராய்கிறார். அவர் படம் 2ல் காட்டியுள்ளபடி தேடுகிறார்.

படம் 3.

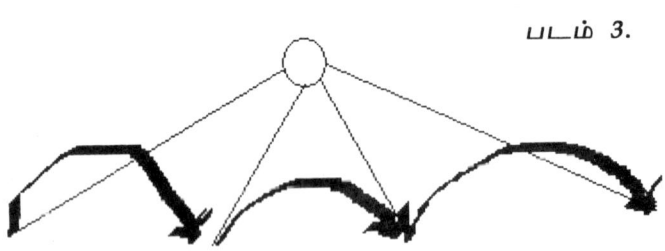

அமைச்சர் என்ன செய்கிறார்? மன்னர் பின்பற்றிய அதே வழியில்தான் சோதிக்கிறார். ஆனால் ஒவ்வொரு தனித் தனி வீரரையும் அவர் ஆராயவில்லை. நான்கு, நான்கு பேர், பத்துப் பத்துப் பேர் என்கிற மாதிரி படம் 3ல் காட்டியுள்ளபடி ஒவ்வொரு தொகுப்பாகத் தாவுகிறார்.

காகிதத்தில் அச்சிட்டிருப்பதைப் படிக்க வேண்டுமானால் உங்கள் கண்களும் இப்படித்தான் அலைபாய்கின்றன. இவற்றுள் எந்த வழி உங்களுக்கு ஏற்றதாக இருக்கும்? மன்னரைப் போல் ஒவ்வொரு வார்த்தையாக நிறுத்தி நிதானமாக ஆராய்ந்து கொண்டு சென்றீர்கள் என்றால் படித்து முடிப்பதற்கு ஏகப்பட்ட நேரம் தேவைப்படும்.

தளபதியைப் போல் படிக்கிறீர்களா? இதில் அலைச்சல் அதிகமாக ஆகும். இதனால் உங்கள் கண்கள் விரைவில் சோர்வடைந்து விடும். தவிரவும் ஒரே திசையில் உங்கள் படிப்பு ஓட்டம் அமைவதில்லை. முன்னும் பின்னுமாகத் தாறுமாறாக இருக் கிறது.

இதனால் படித்ததையே மீண்டும் படிப்பீர்கள். தொடர்பு அத்தனை கச்சிதமாக அமையாது. நேர விரையமும் சோர்வும் தவிர்க்க முடியாததாகிவிடும். ஆனால் பரவலாக ஒரு பார்வை பார்த்துவிட முடியும்.

அமைச்சர் எப்படிப் பார்க்கிறார். குறிப்பிட்ட சீரான இடைவெளியில் தாவித்தாவி ஒரே திசையில் முன்னேறுகிறார். உங்கள் பார்வையும் அதைப் போலவே பயணித்தால் படிக்கும் வேகம் கூடும். விரைவில் அதிகப் பக்கங்களை உள்வாங்கிக் கொள்ள இயலும்.

இந்த மூன்று வகைகளில் எது உங்களுக்கு ஒத்து வருகிறது? எதனால் அதிக நன்மை கிடைக்கும்? எதனால் சோர்வடையாமல் படிக்க முடியும்?

இதை நீங்களேதான் முடிவு செய்ய வேண்டும். நாங்கள் சொல்கிறோமே என்பதற்காக நீங்கள் உங்களை வருத்திக் கொள்ள அவசியமில்லை. இருப்பினும் எது நல்லது என்பது உங்களுக்குப் புரியாமலா இருக்கும். அந்த முறையைத் தேர்வு செய்து அதையே பின்பற்றப் பார்ப்பது நல்லது.

செல்லச்சாமியை நீங்கள் பார்த்திருக்கலாம். காலை ஆறு மணிக்கெல்லாம் கிட்டன் தேநீர்க்கடையில் ஆளைப் பார்க் கலாம். செல்லச்சாமிக்கு அன்றாடம் தினத்தந்தி படித்தாக வேண்டும். இதற்காக அவர் எவ்வளவு நேரம் செலவிடுவார் என்று நினைக்கிறீர்கள்?

சுமார் மூன்று மணி நேரம்.

எழுத்துக் கூட்டி எழுத்துக் கூட்டிப் படிப்பார் போலிருக்கிறது என்று நினைப்பீர்கள். அப்படி இல்லை. ஓரளவு படித்த ஆசாமிதான். சராசரி வேகத்தில் வாசித்துவிடுவார். குறை அதுவல்ல.

கிட்டன் கடையில் கூட்டத்திற்கு எப்போதும் குறையிருக்காது. தினத்தந்தி வந்து விழுவதுதான் மாயம். அடுத்த நொடியில் ஆளுக்கு ஒரு தாளாகக் கூறு போடாத குறையாகப் பறித்துப் பிரித்துக் கொள்வார்கள்.

சில நேரங்களில் அரைத்தாள், கால் தாள் என்று துண்டு துண்டாகி விடுவதும் உண்டு. ஒவ்வொருவர் கையிலும் ஒவ்வொரு தாள் மாட்டிக் கொண்டு இருக்கும். செல்லச்சாமியின் கையில் எந்தத் துண்டு கிடைக்கும் என்பது அவரது அன்றைய ராசிபலனைப் பொருத்தது.

ம. லெனின்

நான்குபேர் படித்துக் கொண்டு இருப்பார்கள். இவர் தலையை எட்டுக் கோணலாக வளைத்து எட்டிப் பார்த்து நடிகை நயன்தாரா எந்தப் படத்தில் நடிக்க மறுத்தார் என்ற அதி உன்னத தகவலை அறிந்துகொள்வார்.

அடுத்த இருபது நிமிடங்களுக்கு அவர் இங்குமங்குமாக ஒவ்வொரு இடமாக அலைந்து குறைந்தபட்சம் தலைப்புச் செய்திகளையாவது மேய்ந்து விடுவார். அடடா இன்றைக்கு சிந்தாமணி திரையரங்கில் என்ன படம் என்பதைப் பார்க்க மறந்து விட்டோமே என்பதற்காகவே இன்னொரு அரை மணியைச் செலவழிப்பார். அந்தத் தாள் அவரது கையில் எப்போது கிடைக்குமோ? நிச்சயமில்லை.

உமாபதி ஓய்வு பெற்ற அரசு அதிகாரி. ஒரு நாள் இந்து நாளிதழிலேயே ஒரு வாரம் படிக்கக் கூடிய செய்திகள் இருக்கும் என்பது உங்களுக்குத் தெரிந்ததுதான். ஆனால் உமாபதி ஒன்றரை மணி நேரத்தில் தலைப்பில் ஆரம்பித்துக் கடைசி எழுத்து வரை படித்துத் தீர்த்து விடுவார்.

செல்லச்சாமி குறைந்த அளவே படித்தவர் என்பதோ உமாபதி மெத்தப் படித்தவர் என்பதோ இதற்குக் காரணமில்லை.

செல்லச்சாமி தேடித் தேடிப் படிக்க வேண்டியதாக இருக்கிறது. உமாபதி ஒரே சீராகப் படிக்கிறார். அவ்வளவுதான் வித்தியாசம்.

நீங்கள் படிப்பது எந்த வகையில் இருக்கிறது? செல்லச்சாமியைப் போலவா? நான்கு ரூபாய் விலையுள்ள ஒரு செய்தித்தாள் வாங்கும் காசை மிச்சப்படுத்துகிறேன் பேர்வழி என்று இவர் நான்கு மணி நேரத்தை வீணாகச் செலவிடுகிறார்.

காரணம்? ஓசியில் கிடைப்பதை அனுபவிப்பது என்பது பலருக்கும் சுகமான சொகுசு. அதனால் ஏற்படும் கால விரையத்தை அவர்கள் பொருட்படுத்துவதில்லை.

சொந்தக் காசில் இந்துவை வாங்கிச் சீராகவும் விரைவாகவும் படித்து முடித்துவிடும் உமாபதி கெட்டிக்காரர் என்பதை ஒத்துக் கொள்வீர்கள்தானே?

உங்களுக்கு இன்னொரு உதாரணத்தையும் சொல்லியாக வேண்டும்.

திரைப்பட இயக்குநர் சேரன் டூரிங் டாக்கீஸ் என்ற பெயரில் ஒரு தொடரை ஆனந்த விகடனில் எழுதி வந்தார். நீங்களே கூட அதைத் தொடர்ந்து படித்து வந்திருக்கலாம். சரி.

அவர் 50 வாரங்கள் எழுதியதாக வைத்துக் கொள்வோம். (இல்லை.. இல்லை. தவறான தகவல். 39 வாரங்கள்தான் வந்தது என்று தகராறுக்கு வராதீர்கள்). ஆக நீங்கள் 1 முதல் 50 வது வாரம் வரை ஆவலோடு காத்திருந்து படித்தால்தான் அந்தத் தொடர் முழுவதையும் படித்து முடிக்க முடியும்.

காத்திருப்பதில் ஏற்படும் கவலை வேறு. பரபரப்பும் பற்றிக் கொள்ளும்.

முத்துப்பாண்டியும் இது மாதிரி விசயங்களை முனைப்பாகப் படிப்பவர்தான். ஆனால் அவர் வாரா வாரம் காத்திருக்கத் தயாராக இருப்பவர் இல்லை.

இங்கே பார் சேகர்.. எனக்கு வாரா வாரம் படிப்பதற்கெல்லாம் பொறுமை கிடையாது. தொடர் முடிந்ததும் சொல்.

ம. லெனின்

எல்லாவற்றையும் வெட்டி எடுத்து பைண்ட் பண்ணிக் கையில் கொடு. ஒட்டு மொத்தமாகப் படித்துக் கொள்கிறேன் என்பார் முத்துப்பாண்டி.

இதே தொடரை விகடன் பிரசுரம் ஒரே புத்தகமாகப் போடும்போது முத்துப்பாண்டி போன்றவர்களுக்கு இன்னும் சவுகரியம். அந்த நாள் வரும்வரை காத்திருப்பது பற்றி என்ன சொல்கிறீர்கள் என்று கேட்க நினைப்பீர்கள்.

காத்திருக்கிற காலம் வேறு வகைகளில் பயன்படுத்தப்படலாம். படிப்பதைத் தள்ளி வைக்கிறீர்கள். அவ்வளவுதான். துண்டு துண்டாக நேரத்தை விரையமாக்காமல் ஒரே மூச்சில் படித்து முடித்துவிடுவது வசதி இல்லையா?

புத்தகங்களிலேயே கூட முதல் தொகுதி, இரண்டாம் தொகுதி என்று வருவது உண்டு. நீங்கள் பொறுமையாகக் காத்திருக்கலாம். அதாவது தள்ளிப் போடலாம். படிக்க வேண்டும் என்று உட்கார்ந்து விட்டால் பத்துத் தொகுதியாக இருந்தாலும் எடுத்தோம் படித்தோம் என்று முடிக்க வேண்டும்.

கண்கள் அலைபாய்வதைப் போலவே உங்கள் உள்ளமும் அலைபாய்கிறேன் என்று சொல்லும். அந்த மனக்குரங்கை அடக்கி வைக்க உங்களிடம் சரியான ஆயுதம் இருக்க வேண்டும். அதற்குப் பயிற்சிகள் உதவும்.

சில நாட்களுக்கு ஆர்வமாகப் பயிற்சிகளை மேற்கொண்டு விட்டு உடனே..உடனே பலன் கிடைக்கவில்லை என்று ஒதுங்கிக் கொள்பவர்கள் எதையும் உருப்படியாகச் செய்ய மாட்டார்கள். பலனை அனுபவிப்பது வரை பயிற்சியை விடுவதில்லை என்று தீவிரமாக இருப்பவர்கள் சாதிப்பார்கள். உங்களைப் போலவே.

வாசிக்க எல்லாராலும் முடியும்.
படிக்க சிலரால்தான் முடியும்.
சத்தம்போட்டுப் படிப்பது வெறும் வாசிப்பு.
அப்படி வாசிக்கும்போது சுவையாக இருக்கும்.
இது ஓரளவு தொடர்ச்சியாக நினைவில் இருந்தாலும்
பிறகு மறந்து போகும். வாசித்தது மறந்து போகலாம்.
படித்ததுதான் மறந்து போகக்கூடாது

10. இரண்டும் எப்படி வேறுபடுகின்றன?

வாசிப்பது. படிப்பது.

இரண்டும் வெவ்வேறானவை. இந்த வித்தியாசம் உங்களுக்குப் புரியும் என்று நினைக்கிறோம்.

வாசிப்பது என்பது உப்புமா கிண்டுவதைப் போன்றது. தாளில் கொட்டி வைக்கப்பட்டுள்ள ரவையை அப்படியே வாணலியில் கொட்டுவதை ஒத்தது. அரைக் கிலோ ரவையை அரை நிமிடத்தில் கொட்டி விடுவீர்கள்.

படிப்பது என்பது கிளறி வைத்த உப்புமாவை ரசித்து, ருசித்துச் சுவைத்துச் சாப்பிடுவது.

கடகடவென்று படித்துக் கொண்டு போ..

இதைப் படிக்க இவ்வளவு நேரமா?

இவ்வளவு மெதுவாகப் படிக்கிறாயே.. வேகமாகப் படி..

முன்னூற்றைம்பது பக்கம்.. ஐந்து மணி நேரத்தில் முடித்துவிட மாட்டாயா..

ஒரு புரட்டுப் புரட்டு.. போதும்..

வளவளவென்று இருக்கிறது.. பக்கங்களை நகர்த்தினாலே போதும்.

படிக்க வேண்டிய விசயங்களை இப்படியெல்லாம் விமர்சிக்கலாம். நீங்கள் படிக்கப் போவது எது? எதற்காகப் படிக்கிறீர்கள்?

ஆயிரம் அரபுக் கதைகள்.

இந்தப் புத்தகத்தைக் கையில் எடுத்தால் நேரம் போவதே தெரியாது. சுவையாகப் படிப்பீர்கள். படித்து முடித்தால் பொழுது போகும். அதைத் தவிர அதனால் பெரிய பயன் எதுவும் விளைந்து விடாது. இன்னும் சில முறை படிக்கலாம்.

திருக்குறள்.

1330 பாக்கள்தான்.

9310 வார்த்தைகள்தான்.

ஆயிரம் அரபுக் கதைகளை வாசிக்கலாம்.

திருக்குறளைப் படிக்க வேண்டும்.

ஆயிரம் அரபுக் கதைகள் 1200 பக்கம் இருக்கலாம். அதை நீங்கள் கடும் வேகத்தில் ஆறே மணி நேரத்தில் படித்து முடித்துவிடலாம்.

9310 வார்த்தைகளைப் படிக்க?

உங்கள் ஆயுளே போதாது.

என்ன இப்படிச் சொல்கிறீர்கள்..கொண்டு வாருங்கள் அந்தத் திருக்குறள் கையடக்கப் பதிப்பை.. குறித்துக் கொள்ளுங்கள். பதினேழு நிமிடங்களுக்குள் படித்து முடிக்கிறேனா இல்லையா பாருங்கள் என்று சவால்விடுகிறீர்களா?

ஒருவேளை உங்கள் பெயர் கின்னஸ் சாதனைப் புத்தகத்தில் இடம் பிடிக்கலாம்.

அதனால் ஏற்படும் பயன்?

வாசிப்பது எல்லாருக்கும் முடியக் கூடியதுதான். படிப்பது சிலருக்குத்தான் முடியும். காகிதத்தில் இருப்பதைச் சத்தம்

போட்டுப் படிப்பது என்பது வெறும் வாசிப்புத்தான். வாசிக்கும் போது சுவையாக இருக்கலாம். ஓரளவு தொடர்ச்சியாக நினைவிலும் இருக்கலாம்.

அப்புறம் மறந்து போகும். அப்படி மறந்து தொலைப்பதால் குடி முழுகிவிடப் போவதில்லை. நீங்கள் வாசித்தது மறந்து போனால் கவலைப்படாதீர்கள். படித்தது மறந்து போகக் கூடாது என்பதில் கவனமாக இருங்கள்.

உங்களுக்கு வாசிப்பதும் தேவைப்படலாம். படிப்பதும் அவசியமாகலாம். இரண்டும் எந்த அளவுக்கு வேண்டி இருக்கும் என்பதில் சர்ச்சை தேவையில்லை.

ம. லெனின்

இங்கே நாம் வாசிப்பது பற்றியும் படிப்பது பற்றியும்தான் பேசுகிறோம்.

வேகமாக வாசிக்கப் பழக வேண்டும்.

வேகமாகப் படிக்கப் பழக வேண்டும்.

முடிந்தவரை வாசிப்பதைக் குறைத்துக் கொண்டு படிப்பதை அதிகப்படுத்த வேண்டும். வாசிப்பது என்று சொன்னாலும் படிப்பது என்று சொன்னாலும் உங்கள் வேகத்தை அதிகரிக்க வேண்டும் என்கிற ஒரே நோக்கத்திற்காகத்தான் சொல்கிறோம்.

வாசிக்க ஆரம்பியுங்கள். அதை வேகமாகச் செய்யக் கற்றுக் கொள்ளுங்கள். அதைப் படிப்பதற்குப் பயன்படுத்துங்கள். அவ்வளவுதான். உங்கள் நோக்கம் நிறைவேறும்.

உங்கள் வாழ்நாளில் பல டன் எடையுள்ள செய்தித்தாள்கள், பத்திரிகைகளைப் படித்திருக்கிறீர்கள். எடைக்கு எடை பேரீச்சம் பழத்திற்கும் போட்டுவிட்டிருப்பீர்கள். அதனால் உங்களுக்குக் கிடைத்த பலன்? சில மில்லிகிராம்களில் இருக்கலாம். ஏனென்றால் அவை எல்லாமே நீங்கள் வாசித்தவைதான். பத்திரிகை படிக்கிறேன் என்று நீங்கள் சொல்லிக் கொண்டாலும் அது வெறும் வாசிப்புத்தான்.

நீங்கள் படித்த புத்தகங்கள்? சில கிலோ இருக்க நேரலாம். பலன்? பல டன்களாக இருக்குமே.

படிப்பறிவில்லாதவர்களும்கூடத் தங்கள் மூளைக்குள் பல விசயங்களைப் பதிவு செய்து வைத்துக் கொள்கிறார்கள் என்பதை உற்று நோக்குங்கள். படிக்கவே தெரியாதவர்களும்கூடத் தங்கள் வேலையில் திறமையைக் காட்டுவதற்கு எதைப் பயன்படுத்திக் கொள்கிறார்கள்? என்பது புரிந்து விட்டால் அதே உத்தியை நீங்கள் படிப்பதற்கும் பயன்படுத்திக் கொள்ளலாம்.

11. கண்ணில் படுவது எல்லாமே உள்ளே பதிவாகிறதா?

உங்கள் கண்களில் ஆயிரம் காட்சிகள் தென் படலாம். கண்ணில் படுவது எல்லாமே உங்கள் கருத்தில் பதிந்துவிடுகிறதா? அப்படித்தான் தோன் றும். பதியவும் செய்யும். ஆனால் விரைவில் மறந்து போகும்.

நீங்கள் சில காட்சிகளை விரும்பித் தேடிப் பார்ப் பீர்கள்.

சில காட்சிகள் கண்ணிலேயே பட வேண்டாமே என்று ஒதுக்குவீர்கள்.

பார்க்க நேரும் காட்சிகளிலேயே கூட சிலவற்றை ஆரம்பத்திலேயே விலக்கிவிட நினைப்பீர்கள்.

நீங்கள் திருமண வயதில் இருப்பதாக வைத்துக் கொள்வோம். உங்கள் முன் ஐம்பது மாப்பிள்ளை களின் படங்களை வைக்கிறார்கள். (ஆணாக இருந்தால் ஐம்பது பெண்களின் படங்கள் என்று எடுத்துக் கொள்ளலாம்)

நீங்கள் எல்லாப் படங்களையும் பார்க்க வேண்டாம் என்று நினைக்கலாம். இருபது படங்களைப் பார்த்தால் போதும் என்று உங்களுக்குத் தோன்றலாம். சில படங்களைப் பார்க்கவே கூடாது என்று நினைக்கலாம்.

சிலர் ஐம்பது படங்களையும் எடுத்துப் பார்த்த பிறகுதான் முடிவு சொல்ல வேண்டும் என்றும் கருதலாம்.

உங்கள் கண்கள் ஒரு சல்லடை என்று சொல்ல வேண்டும். எதை அனுப்ப வேண்டும் எதைத் தடுக்க வேண்டும் என்பதை அந்தக் கண்கள் முடிவு செய்கின்றன. அதையும் தாண்டிப் பல விசயங்கள் மூளைக்குள் செல்கின்றனவா?

மூளையும் ஒரு தணிக்கை வைக்கிறது. போதும். கண்டபடி கொண்டு வந்து கொட்டாதே. தாங்காது. இதை எல்லாம் அள்ளி வெளியே கொட்டு என்று ஆணையிடும். உள்ளே போனதில் பெரும் பகுதி வெளியே தள்ளப்படும்.

இதை நீங்கள் உணர்ந்தது உண்டா? அனுபவத்திருக்கிறீர்களா?

20 பக்கங்களைக் கொண்ட செய்தித்தாளைக் கையில் எடுக்கிறீர்கள்.

அந்த 20 பக்கங்களையுமா நீங்கள் படிக்கிறீர்கள்? ஆம் என்று சொல்பவர்கள் அரிதாகவே இருப்பார்கள்.

அரசியல், அன்றாட வாழ்க்கை, ஆன்மீகம், விளையாட்டு, கொலை, கொள்ளை, திரைப்படம், தொலைக்காட்சி, நிதி, பொருளாதாரம், வேளாண்மை, சோதிடம், அறிவியல், சமையல், உடல்நலம், பொழுதுபோக்கு, பரபரப்பு, பயன், வீண் விளம்பரம், பக்கத்தை நிரப்பும் வேலை.

கருத்துள்ள தலையங்கம், ஆசிரியருக்கு வாசகர் கடிதங்கள், புகார்கள், கேள்வி பதில்கள், அறிவிப்புகள், சுய தம்பட்டங்கள், குற்றச்சாட்டுகள், தண்டனைகள்.

இன்னும் எத்தனை எத்தனையோ.

ஒவ்வொன்றுக்கும் தனி இணைப்பே போடும் அளவுக்குத் தகவல்கள் இருக்கின்றன. நீங்கள் இன்றைய செய்தித்தாளைக் கையில் எடுத்ததும் எதைப் படிக்கிறீர்கள்?

எதை விடுகிறீர்கள்?

உங்கள் கண் சலித்துத் தருகிறது இல்லையா?

மனம் இதை மட்டும் எடு மற்றதை விடு என்று சொல்கிறது இல்லையா?

அப்படியானால் உங்கள் சல்லடை வேலை செய்கிறது என்றுதானே அர்த்தம்? இந்தச் சல்லடையின் கண்கள் எந்த அளவில் இருக்க வேண்டும் என்பதையும் நீங்களேதான் முடிவு செய்து கொள்கிறீர்கள்.

சில பக்கங்களின் பக்கம் போகவே மாட்டீர்கள். சில பக்கங்களை விட்டு நகரவே மாட்டீர்கள்.

அழகப்பன் தாளைக் கையில் வாங்கியதுமே ராசிபலனைத் தேடுவார்.

குஞ்சிதபாதம் விளையாட்டுப் பக்கத்தை விட மாட்டார்.

சேவுகன் தனது மாவட்டச் செய்திகளை மட்டுமே முதலில் படிப்பார்.

சிதம்பரம் பங்குச் சந்தை என்ன சொல்கிறது என்று பதைபதைப்பார்.

பரந்தாமன் வேலை வாய்ப்புப் பக்கங்களை அலசுவார்.

இவர்களது ஆர்வம், தேவை, விருப்பு ஒவ்வொன்றும் ஒவ்வொரு விதம்.

அன்றாடப் பத்திரிகைளுக்கு இப்படி.

வார இதழ்களை எடுத்துக் கொள்ளுங்கள்.

அவற்றிலும் செய்தித்தாள்கள் வழங்கக் கூடிய அத்தனை அம்சங்களும் இருக்கும்.

தொலைக்காட்சிகளிலும் அப்படித்தான்.

நூலகங்களிலும் இதே கதைதான்.

கணினிக்கும் இணையத்திற்கும் கூட இது பொருந்தும்.

நீங்கள் பார்க்கும் இடங்களில் எல்லாம், எல்லாமும் கலந்துதான் இருக்கிறது. நீங்கள் அன்னப் பறவை மாதிரி. எது தேவை, எது

தேவையில்லை என்பதில் தெளிவாக இருப்பீர்கள். வேண்டியதை மட்டும் எடுத்துக் கொள்வீர்கள்.

எது தேவை என்பதை உருப்படியாக முடிவு செய்து விட்டீர்கள் என்றால் மற்றதெல்லாம் உங்களைப் பொருத்தவரை வெறும் குப்பைகள்தான். எப்போது எதைத் தேர்ந்தெடுக்கிறீர்கள் என்பதை முடிவு செய்யுங்கள்.

நாளைக்குப் பருவத் தேர்வை வைத்துக் கொண்டு இன்றைக்கு நான் ஜெப்ரி ஆர்ச்சரை முடித்துவிட்டுத்தான் மறு வேலை என்று உட்கார்ந்தால் இழக்கப் போவது நீங்கள்தான். எதற்கு முக்கியத்துவம் கொடுக்க வேண்டும் என்பது உங்களுக்குத் தெரியும்தான்.

இருந்தாலும் ஒரு சபலம் தொடர்ந்து வரும். எத்தனை நேரம்தான் பாடத்தையே படித்துக் கொண்டு இருப்பாய்? கொஞ்சம் ஓய்வு கொடு. படம் பார் என்று உங்களுக்குள் உங்களுக்கே ஓர் ஆணை பிறப்பிக்கப்படும்.

அப்போது அது அவசியம்தான் என்று உணர்ந்தால் படிப்பதைக் கொஞ்சம் தள்ளி வைத்துவிட்டு வாசியுங்கள். இது தற்காலிக ஓய்வுதான். வாசிப்பதற்கே அதிக இடம் கொடுத்துவிட்டுப் படிப்பதைக் குறைத்துவிடாதீர்கள்.

- வாசிப்பதற்கானவற்றைத் தனியாக வையுங்கள்.
- படிப்பதற்கானவற்றை வேறு இடத்தில் வையுங்கள்.
- எதற்கு எவ்வளவு நேரம் ஒதுக்க வேண்டும் என்பதில் கண்டிப்பாக இருங்கள்.

அதன்பின் உங்களுக்குக் கவலை என்பதே இருக்காது.

கண்டிப்பாக.

இனி வாசிப்பதையும் படிப்பதையும் எப்படி வகைப்படுத்துவது என்பதையும் கவனியுங்கள்.

உங்கள் வாசிப்பு வேகம் எவ்வளவு? நிமிடத்திற்கு 329 வார்த்தைகளா?

இந்தக் கணக்கைச் சிறிது நேரம் மறந்துவிடுங்கள்.

சித்திரன் எட்டாம் வகுப்பைக் கூட முடித்தவனில்லை. ஆனால் நொடிக்கு நூறாயிரம் வார்த்தைகளை வாசித்துவிடுகிறான்.

வெள்ளிமலை பழைய பத்தாம் வகுப்புப் படித்தவர்தான். ஒரே பார்வையில் ஒரு லட்சம் பக்கங்களில் என்ன இருக்கிறது என்று சொல்லி விடுவார்.

அது எப்படி? குறிப்பிட்ட வேகத்திற்கு மேல் படிக்க முடிவதற்கு வரையறை இருக்கிறது என்கிறீர்களே. இப்போது நம்ப முடியாத வேகங்களைச் சொல்கிறீர்களே என்பீர்கள். முன்னுக்குப் பின் முரணாகச் சொல்வது போல் தோன்றும்.

உண்மைதான். சித்திரன், வெள்ளிமலை ஆகியோர் எப்படி விரைவாக வாசிக்கிறார்கள்? அவர்களது வேலைச் சூழலைக் கவனிப்போம் வாருங்கள்.

சித்திரன் செய்தித்தாள் போடும் பையன்.

அதிஅதி காலை இரண்டரை மணிக்கெல்லாம் வேலைக்கு வந்துவிடுவான். தினமணி, தினத்தந்தி, தினகரன், இந்து, எக்ஸ்பிரஸ், டெக்கான் ஹெரால்ட், டைம்ஸ் ஆப் இந்தியா என்று எத்தனை எத்தனை பத்திரிகைகள்?

எல்லாவற்றையும் பார்த்த மாத்திரத்திலேயே வகை பிரிக்கிறான். தினமணியா இது இப்படி இருக்கும்.. தினமணி என்று வாசித்துத் தெரிந்து கொள்வதற்கு முன் இந்தப் படத்தைப் பார்.. இப்படி இருந்தால் மணி..அப்படி இருந்தால் தந்தி.. ஆனை போட்டிருந்தால் இந்து.. அக்கா நின்றிருந்தால் ஹெரால்ட் என்று அவனது மனம் வழிகாட்டுகிறது.

அது அவனுக்கு மனப்பாடம். அதனால்தான் அவன் அத்தனை வேகத்தில் பிரித்துப் போட முடிகிறது. கவனியுங்கள். அவன் உங்களைப் போல் வேக வாசிப்பிற்கு எந்தப் பயிற்சியும் எடுத்துக் கொள்ளவில்லை. ஆனால் சாதிக்கிறான். பயன்படுத்துகிறான்.

நாளைக்கு இன்னொரு புதிய நாளிதழ் சந்தைக்கு வருகிறது என்றால் அதையும் தன் மூளையாகிய கணினியில் பதிந்து வைத்துக் கொள்வான். படம் பிடித்து வைத்தது மாதிரி பதிந்து இருக்கும். பார்த்ததுமே ஒப்பிட்டுப் பார்ப்பான். பிரிப்பான்.

ம. லெனின்

திரும்பத் திரும்ப ஒரே மாதிரியான வேலையைச் செய்வதால் அவனுக்குக் ஒகை வந்திருக்கும் திறமையை வியந்து பாராட்டுவீர்கள். சித்திரனிடமிருந்து நீங்கள் கற்றுக் கொள்ளக் கூடியது நிறைய இருக்கிறது. ஒப்பிட்டுப் பார்த்துத் தெரிந்து கொண்டு உங்கள் தேவைக்கேற்பப் பயன்படுத்திக் கொள்ளுங்கள்.

வெள்ளிமலை, விநாயகா அச்சகத்தில் வேலை செய்கிறார்.

அந்தப் பெரிய கட்டு எம்எல்ஏ வரவேற்புக்கு உள்ளதுப்பா.. அதோ பச்சை.. அது காளியம்மன் கோவில் கும்பாபிஷேக நோட்டீஸ்.. இந்தப் பக்கம் அடுக்கி வைத்திருப்பது பேங்க் பாஸ்புத்தகம்..ஆள் வந்து கேட்டா எடுத்துக் கொடு.. நான் ஒரு டீ அடிச்சிட்டு வந்திடறேன் என்று சொல்லிவிட்டுக் கிளம்புவார்.

அவர் அலசி ஆராய்ந்து வைத்திருக்கும் விசயங்களை வார்த்தைக் கணக்கிலா எண்ணிக் கொண்டிருக்கிறார்? அளவு. நிறம். வடிவம். ஒரே ஒரு பக்கத்தை நினைவில் வைத்துக் கொண்டாலே உள்ளே என்ன இருக்கும் என்பது கண்முன் படமாகத் தோன்றும் விந்தை.

வெள்ளிமலை வேக வாசிப்பிற்கு மெனக்கெட்டாரா? இல்லை. அவரது தொழிலே அவருக்குத் தேவையான பயிற்சியை அளிக்கிறது. எழுதப் படிக்கத் தெரியாத பல பேர் எழுதப் படிக்கத் தெரிந்தவர்களை விட வேகமாக வேலை செய்வார்கள்.

எம்பிஏ படித்துவிட்டு இந்த மாதம் வேலைக்குச் சேர்ந்த இன்பாவைக் கூப்பிட்டு சர்வீஸ் டாக்ஸ் பைலைக் கேளுங்கள். அவருக்கு எடுக்கத் தெரியாது. அதே அலுவலகத்தில் கூட்டிப் பெருக்கும் முனியம்மாவைக் கூப்பிட்டுக் கேளுங்கள்.

சரியாகக் கொண்டு வந்து கொடுப்பார்கள். எப்படி? கோப்பின் மேல் எழுதி இருப்பதைப் பார்த்துப் படித்துத் தெரிந்து கொள்வதால் அல்ல.

அந்த மஞ்சாக் கலர்தான சார்.. இதோ என்பதுதான் பதிலாக இருக்கும்.

ஆகவே, படிப்பறிவில்லாதவர்களும் கூடத் தங்கள் மூளைக்குள் பல விசயங்களைப் பதிவு செய்து வைத்துக் கொள்கிறார்கள் என்பதை உற்று நோக்குங்கள். படிக்கவே தெரியாதவர்களும் கூடத் தங்கள் வேலையில் திறமையைக் காட்டுவதற்கு எதைப் பயன்படுத்திக் கொள்கிறார்கள்?

அது புரிந்து விட்டது என்றால் அதே உத்தியை நீங்கள் படிப்பதற்கும் பயன்படுத்திக் கொள்ளலாம். அந்த அது எது? கவனம். உற்று நோக்கல். உள்வாங்கிக் கொள்ளல். வேண்டும்போது திருப்பி எடுத்தல்.

சித்திரன், வெள்ளிமலை, முனியம்மா ஆகியோரையும் உங்கள் வாழ்க்கைக்கு வழிகாட்டிகளாய்க் கொள்ளலாம். கொள்ளுங்கள். அள்ளுங்கள்.

அவருக்குத் தமிழே தடுமாற்றம்தான். ஆனாலும்...
ஆங்கிலம், இந்தி, பிரெஞ்சு, ஜெர்மன் என்று
எந்த மொழி இதழையும் உடனே எடுத்துத் தருவார்.
எப்படி? அவருக்கென்று ஓர் ஒழுங்கை வைத்திருக்கிறார்.
அது மொழிகளுக்கெல்லாம் அப்பாற்பட்டது.
அது அவரது தொழிலுக்கு அத்தியாவசியமானது.
அதைப் போன்ற ஒழுங்கை நீங்களும் கடைப்பிடிக்கலாம்.

12. ஒழுங்குபடுத்தி வைத்துக் கொண்டால் ஓராயிரம் சாத்தியம்

உங்களால் எவ்வளவு வேகத்தையும் எட்ட முடியும்.

ஒழுங்குபடுத்தி வைத்துக் கொண்டால்.

ஒரு திருமணப் பத்திரிகையை வாசிப்பதற்கு எவ்வளவு நேரமாகும்? ஒரு நிமிடம்?

ஓராயிரம் பத்திரிகைகளை வாசிப்பதற்கு?

அதே ஒரு நிமிடம்தான். எப்படி?

உங்களிடம் கற்றையாக ஒரு கட்டைக் கொடுக்கிறோம். கார்த்திக் - நளினி திருமண அழைப்பிதழ். கற்றை முழுவதும் அதேதான். ஒவ்வொன்றையும் தனித் தனியாக வெளியே எடுத்துப் படித்துப் பார்த்தால்தான் படித்ததாக ஆகுமா?

ஒரே அழைப்பிதழ்தானே? ஒவ்வொன்றையும் பார்க்க அவசியமில்லையே.

ஆக, ஒரு கட்டு முழுவதும் ஒரே வகைதான் இருக்கிறது என்கிற ஒழுங்கு இருப்பதை எந்த

நொடியில் உணர்கிறீர்களோ அந்த நொடியிலேயே அந்தக் கட்டில் உள்ளது அத்தனையும் அதே அழைப்பிதழ்தான் என்று தெரிந்து கொள்வீர்கள்.

இதை வாசித்துத் தெரிந்து கொள்ள அரை நிமிடம் என்பதே அதிகம் இல்லையா?

வெள்ளை நிறத்தில் ஒரு கட்டு.

மஞ்சள் நிறத்தில் ஒரு கட்டு.

சற்றுக் கெட்டியான அட்டையில் சற்றுச் சிறிய அளவில் ஒரு கட்டு.

புத்தகம் போல் விரியும் இரட்டைப் பக்கம் கொண்ட இன்னொரு கட்டு.

ஒவ்வொரு கட்டிலும் ஆயிரம்.

மொத்தம் நாலாயிரம். பக்கங்களின் எண்ணிக்கை எட்டாயிரம்.

இந்த எட்டாயிரம் பக்கங்களையும் நீங்கள் இரண்டு நிமிடங்களில் வாசித்து விடலாம்.

ஏன்?

எல்லாம் ஒழுங்குபடுத்தி வைக்கப்பட்டிருக்கிறது. எப்படி?

வெள்ளை நிறக் கட்டில் கார்த்திக் வீட்டார் அழைப்பதான பத்திரிகை.

மஞ்சள் நிறம் நந்தினி வீட்டார் அழைப்பு.

கெட்டி அட்டை நந்தினி தனக்கு வேண்டியவர்களுக்காக ஆங்கிலத்தில் அடித்தது.

புத்தகக் கட்டு கார்த்திக் தன் நண்பர்களுக்குக் கொடுப்பதற்கானது.

இவை எல்லாமே தெரிவிக்கும் செய்தி ஒன்றுதான். கார்த்திக்குக்கும் நளினிக்கும் இத்தனாம் தேதி, இத்தனை மணிக்கு, இந்த இடத்தில் திருமணம். அதைத்தான் விதவிதமாகச் சொல்கிறார்கள்.

எட்டாயிரம் பக்கங்கள் என்றாலும் சொல்லப்படும் விதம் வெவ்வேறானது என்றாலும் தகவல் ஒன்றுதான். அதைத் தெரிந்து கொள்ளத்தான் அரை நிமிடம். ஒழுங்குபடுத்தப்பட்டு அடுக்கி

வைக்கப்பட்டு இருப்பதால் இத்தனை வேகமாக உங்களால் தெரிந்து கொள்ள முடிகிறது.

இதே நான்கு அழைப்பிதழ்களும் விதவிதமான காகிதங்களில் வெவ்வேறு வண்ணங்களில் அடிக்கப்பட்டிருப்பதாக வைத்துக் கொள்வோம். நான்கே நான்கு அழைப்பிதழ்களை மட்டும் உங்கள் கையில் கொடுத்தால் எவ்வளவு நேரமாகும்?

நீங்கள் ஒவ்வொன்றையும் படித்துப் பார்க்க முயல்வீர்கள். இதழுக்கு ஒரு நிமிடம் என்றாலும் நான்கு நிமிடம் கரைந்து போகும்.

எட்டாயிரம் பக்கங்களை எவ்வளவு நேரத்தில் படித்தீர்கள்?

நான்கு பக்கங்களைப் படிக்க எவ்வளவு நேரமாகிறது?

இந்த வேறுபாட்டை உணர்ந்து கொண்டீர்களா?

உங்கள் மூளைக்குள் செலுத்தப்படும் தகவல்களும் எப்படிச் செலுத்தப்பட வேண்டும் என்பதைத் தெரிந்து கொண்டீர்களா? தனித் தனித் தாளாகவா? கட்டுக் கட்டாகவா? யோசியுங்கள்.

நீங்கள் ஆசிரியப் பயிற்சிப் பள்ளியில் படித்துக் கொண்டு இருப்பவராக இருந்தால் அவசியம் இந்த அனுபவம் ஏற்பட்டிருக்கும். நீங்கள் பலவிதமான படங்களைத் தேர்ந்தெடுத்து வெட்டி ஒட்டிப் பல கற்பித்தல் பட்டியல்களை உருவாக்க வேண்டி இருக்கும்.

என்ன செய்வீர்கள்? நேராக மேலரதவீதியில் இருக்கும் முரளி பழைய புத்தகக் கடைக்குப் போவீர்கள். உங்களை அதன் உரிமையாளருக்குத் தெரியும்.

வாங்கம்மா.வாங்க.. உள்ளே குடோன்ல இருக்கு.. போய்த் தேடி எடுத்துட்டு வாங்க.. பில் போட்டுக்கலாம் என்பார்.

நீங்கள் கிடங்கினுள் செல்வீர்கள்.

இந்தப் பக்கம் ஃபெமினா. எதிரில் விமன்ஸ் எரா. அந்தப் பக்கம் ஸொஸைட்டி. கீழே ஃபிலிம்பேர். மேலே காஸ்மாபாலிடன்.

உங்களுக்கு ஒரு சிரமமும் இருக்காது. எந்தப் பத்திரிகையில் எந்த இதழ் எத்தனை எண்ணிக்கையில் தேவை என்பதை முடிவு செய்து எடுத்துக் கொண்டு வந்துவிடுவீர்கள்.

ஏன்? எல்லாம் ஒழுங்காக வகை பிரிக்கப்பட்டுக் கட்டி வைக்கப்பட்டிருக்கிறது. ஆயிரக் கணக்கான பக்கங்களை இப்படித்தான் இருக்கும் என்று வகைப்படுத்த உங்களால் முடியும். இதில் உங்களது வாசிப்புத் திறன் எத்தனை வேகத்தில் இயங்குகிறது என்பது தெரிந்ததா?

உங்கள் தோழி குந்தவையின் அனுபவத்தைக் கேளுங்கள்.

அட அதை ஏன் கேட்கறே மீனா.. எங்க ஊர்க் கடையில எல்லாப் புத்தகங்களையும் குப்பை மாதிரி கொட்டி வச்சிருந்தாங்க.. தேடறேன் தேடறேன்.. எது எங்கே கிடக்குன்னே கண்டுபிடிக்க முடியலை. ரெண்டு மணி நேரம் புரட்டி நாலே நாலு மங்கையர் மலர்தான் கிடைச்சது.. மத்ததெல்லாம் நமக்குத் தேவைப்படாத நாவலும் நானாவிதமானதும்தான். வெறுத்துப் போச்சு போ என்பார்.

ஏன் இப்படி? வகை பிரிக்காமல் வைத்திருந்ததால். ஒழுங்கு படுத்தப்படாமல் இருந்ததால். மீனாவின் தேடுபொறியாகிய கண்கள் பொருத்தமான பத்திரிகையைத் தேடித் தேடிக் களைத்துப் போயிருக்கும்.

ஒவ்வொரு இதழையும் கையில் எடுத்துப் பார்த்த பிறகுதான் அது என்ன என்று தெரிய வரும். மீனா தேடி எடுத்ததற்கும் குந்தவை அவதிப்பட்டதற்கும் அடிப்படைக் காரணம் என்ன? ஒழுங்கும் ஒழுங்கின்மையும்.

நீங்கள் படிக்க வேண்டியவையும் இப்படிக் குப்பையாக இறைந்து கிடந்தால் எப்படிப் படிப்பீர்கள்? ஒழுங்குபடுத்தி வைத்துக் கொண்டிருந்தால் எவ்வளவு சீக்கிரத்தில் வேலையை முடிப்பீர்கள்? உணருங்கள்.

மீண்டும் இந்தக் குப்பையைக் கிளறும் எடுத்துக்காட்டையே பார்ப்போம்.

ஆங்கில இதழ்கள்.

பெண்களுக்கான இதழ்கள்.

படங்கள் நிறைந்த பத்திரிகைகள்.

வார, மாத, காலாண்டு இதழ்கள்.
உள்நாட்டு வெளியீடுகள்.
வெளிநாட்டுப் பத்திரிகைகள்.

இப்படி எந்த வகைப் பத்திரிகை வேண்டும் என்று கேட்டாலும் உடனே எடுத்துத் தருவார் அண்ணாசாலையில் பழைய புத்தகக் கடை போட்டிருக்கும் இத்ரிஸ். குவிந்து கிடக்கும் புத்தகங்களை நொடியில் அவரால் வகைப்படுத்த முடிகிறது.

பெரிய படிப்பாளி இல்லை. அவருக்குத் தமிழே தடுமாற்றம் தான். ஆனாலும் ஆங்கிலம், இந்தி, பிரெஞ்சு, ஜெர்மன் என்று எந்த மொழி இதழையும் உடனே எடுத்துத் தருவார். எப்படி?

அவருக்கென்று ஓர் ஒழுங்கை வைத்திருக்கிறார். அது மொழி களுக்கெல்லாம் அப்பாற்பட்டது. அவரது தொழிலுக்கு அத்தியாவசியமானது. அதைப் போன்ற ஒழுங்கை நீங்களும் கடைப்பிடிக்கலாம்.

அவர் தனது ஒழுங்கைத் தேடி எடுத்துத் தருவதற்குப் பயன்படுத்திக் கொள்கிறார். நீங்கள்? வேகமாக வாசிக்க வைத்துக் கொள்ள வேண்டும்.

ஒரே இரகசியம்தான். ஒழுங்கு.

ஒழுங்கு, வேகம். ஒழுங்கீனம், தாமதம். எது வேண்டும் உங்களுக்கு?

100 பக்கங்கள் கொண்ட புத்தகமா?
இடையில் மருந்துக்குக் கூட ஒரு படம் இல்லையா?
உங்களுக்கு எரிச்சலாக இருக்கும்.
அது மாதிரிப் புத்தகங்களைக்
கையில் எடுக்கவே தயங்குவீர்கள்.
20 பக்கங்கள் படங்களாக இருக்கின்றனவா?
படிக்க ஆரம்பிப்பதற்கு ஒரு சுவாரசியம் தோன்றும்.

13. என்ன இருந்தால் வேகம் வரும்

நீங்கள் வேகமாகப் படிக்க வேண்டும் என்பதில் உறுதியாக இருக்கிறீர்கள். நீங்கள் படிக்கத் தேர்ந்தெடுக்கும் விசயம் எப்படி இருந்தால் வேகமாகப் படிக்க முடியும்? மிக உயர்ந்த, சிக்கலான, தொழில்நுட்பங்களை ஆராய்வதற்கு முன் உங்கள் அனுபவத்தில் இருந்து எடுத்துச் சொல்ல முயற்சி யுங்கள்.

பெரிய எழுத்தில் அச்சிட்டு இருந்தால் படிக்க வசதியாக இருக்கும் தம்பி என்பார் சுதந்திரப் போராட்ட வீரர் தெய்வநாயகம். வயது காரணமாக அவர் அப்படிச் சொல்லலாம்.

இதே கருத்தை உங்கள் வீட்டு வாண்டும் சொல்லக் கூடும். சின்ன வயதோ, முதுமையோ.. கண்களை இடுக்கிக் கொண்டு பார்க்க வேண்டிய தேவை இல்லாவிட்டால் வேகமாகப் படிச்கலாம்.

படக்கதைப் புத்தகங்களைப் படுவேகமாகப் படித்திருப்பீர்கள்? அதன் காரணம்? படங்கள் அதிக

இடத்தை அடைத்துக் கொள்ளும். பார்த்ததும் அப்படியே மனதில் பதிந்து விடும். உரைநடை, எழுத்து எல்லாம் கொஞ்சமாகத்தான் இருக்கும். விரைவில் படித்து விடலாம்.

100 பக்கங்கள் கொண்ட புத்தகமா? இடையில் மருந்துக்குக் கூட ஒரு படம் இல்லையா? உங்களுக்கு எரிச்சலாக இருக்கும். அது மாதிரிப் புத்தகங்களைக் கையில் எடுக்கவே தயங்குவீர்கள். 20 பக்கங்கள் படங்களாக இருக்கின்றனவா?

படிக்க ஆரம்பிப்பதற்கு முன்பே ஒரு சுவாரசியம் தோன்றும்.

அழகான அட்டை ஈர்க்கும்.

அம்சமான அச்சு ஆவலைத் தூண்டும்.

நேர்த்தியான கட்டு நினைவில் நிற்கும்.

யாரால் எழுதப்பட்டது என்பது ஆர்வத்தை உருவாக்கும்.

எந்தப் பொருள் பற்றியது என்பது எடுத்துப் பார்க்க வைக்கும்.

பெரும்பாலான புத்தகங்களில் எழுத்து, எழுத்து, எழுத்து என்றே இருக்கும். இது உரைநடையாக இருக்கிறதா? படித்துவிடலாம். கணக்கா? வெறுமனே வாசித்துக் கொண்டு போனால் மட்டும் போதாது. கையில் தாளை எடுத்துக் கொண்டு உட்கார்ந்து போட்டுப் பார்த்தாக வேண்டும். கல்லூரிகளில் வரலாற்றுப் பிரிவு மாணவர்கள் கடைசி ஒரு மாதத்தில் புத்தகத்தை ஒரு புரட்டுப் புரட்டிவிட்டுத் தேர்வை வெற்றிகரமாக எழுதி விடலாம்.

கம்ப்யூட்டர் அறிவியல் படிப்பவர்கள் அப்படிச் செய்ய முடியுமா?

குறிப்பு எடுத்து வைத்துக் கொள்கிறீர்களா?

பிற்பாடு நினைவுபடுத்திக் கொள்ள வசதியாக இருக்கும். ஒட்டு மொத்தப் புத்தகத்தையும் ஒரே பக்கக் குறிப்பிற்குள் கொண்டு வந்துவிடலாம். அடுத்த நாள் இதைப் பற்றிப் பேசப் போகிறீர்களா?

ஒரு பக்கக் குறிப்பைப் படித்தாலே போதும். 400 பக்கப் புத்தகத்தை இன்னொரு முறை படித்ததற்குச் சமம்.

இது போன்ற விசயங்கள் எல்லாம் உங்களுக்குத் தெரிந்த வைதான். இனி உங்களுக்குத் தெரிந்திராத சில விசயங்களைப் பார்ப்போம்.

ஒரு புத்தகத்தை எடுங்கள்.

அதில் கறுப்பு எழுத்துக்களில் அச்சிட்டு இருக்கிறார்களா? சரி.

கறுப்பாக உள்ள பகுதி எவ்வளவு? பக்கத்தின் அளவில் எத்தனை விழுக்காடு இருக்கிறது?

வெள்ளையாக விடப்பட்டுள்ள பகுதி எவ்வளவு?

கறுப்பிற்கும் வெள்ளைக்குமான விகிதம் எந்த அளவுக்கு இருக்கிறது? உங்களுக்கு ஒரு தொழில்நுட்ப இரகசியம் சொல்கிறோம்.

கறுப்புப் பகுதி குறைவாகவும் வெள்ளைப் பகுதி அதிகமாகவும் உள்ள புத்தகங்களைப் படிப்பது மிகவும் எளிது.

ம. லெனின்

ஒரு பக்கத்தில் ஒரு வரிதான் அச்சிடப்பட்டிருக்கிறதா?

கறுப்புப் பகுதி 2%. வெள்ளைப் பகுதி 98%.

இந்தப் பக்கத்தை உடனே புரட்டிவிடலாம்.

அர்ப்பணம், நன்றி போன்ற தகவல்களைத் தரும் இந்தப் பக்கங்களைப் படித்து முடிக்க உங்களுக்குச் சில நொடிகள்தான் ஆகும்.

முடித்துவிட்டு உள்ளே செல்கிறீர்கள்.

கறுப்பு 98%. வெள்ளை 2%.

வெறுப்பு ஏற்படும்.

கறுப்பிற்கும் வெள்ளைக்கும் உள்ள விகிதாச்சாரம் உங்களைப் படிக்கத் தூண்டுவதாக அமைய வேண்டும். சில வாசகர்கள் நினைத்துக் கொள்வார்கள். நாம் காசு கொடுத்துப் புத்தகத்தை வாங்குகிறோம்.. இவர்கள் பாருங்கள் எவ்வளவு இடங்களைக் காலியாக விட்டு வைத்திருக்கிறார்கள் என்று குறைப்பட்டுக் கொள்வார்கள்.

உண்மையில், எழுதுவதற்கு எதுவும் விசயம் இல்லாததால் காலி இடம் விடப்படுவது இல்லை. படிப்பதற்கு இதமாக இருக்க வேண்டும் என்பதற்காகத்தான். பக்க வடிவமைப்பு, அச்சிடும் கலை, வாசிப்பு ஆராய்ச்சி ஆகியவற்றில் தேர்ச்சி உடையவர்கள் முடிந்தவரை கறுப்புப் பகுதியைக் குறைத்துக் கொண்டு காலிப் பகுதிக்கே அதிக முக்கியத்துவம் கொடுப்பார்கள்.

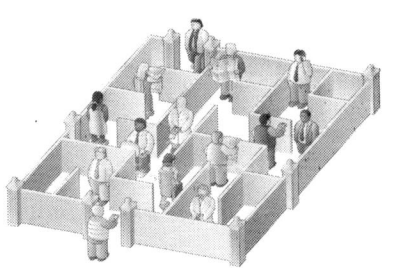

14. இந்த வசதிகளைச் செய்து கொண்டால் இன்னும் வேகம் கிடைக்கும்

நீங்கள் படிக்கும் வேகத்தை அதிகரிப்பதற்கு நீங்களாகவே தேர்ந்தெடுக்கக் கூடிய பல வசதிகளைச் செய்து கொள்ளலாம். இருக்கிற சில வசதிகளை இன்னும் சாதகமாகப் பயன்படுத்திக் கொள்ளலாம்.

நீங்கள் என்னென்ன வழிகளைப் பின்பற்றினால் உங்களது படிக்கும் வேகம் அதிகரிக்கும் என்பதைத் தெரிந்து கொள்ள வேண்டுமா? படியுங்கள்.

புத்தகம் அல்லது பத்திரிகைகளில் உள்ள விசயங் களை வேகமாகப் படிக்க வைப்பதற்கு அவற்றின் பக்க வடிவமைப்பு முறையில் கவனம் செலுத்து வார்கள்.

பத்திரிகைகளில், இருக்கக் கூடிய குறைவான இடத்தையே பயன்படுத்தி அதிக அளவு தகவல் களைத் தருவதற்காகப் பத்தி பிரித்துக் கொடுக்கும் முறை பின்பற்றப்படுகிறது. புத்தகங்களில் இப்படிச் செய்யப்படுவது இல்லை.

தலைப்புகளைப் பெரிய எழுத்தில் அச்சிடுவது படிப்பதற்கான ஆர்வத்தை ஊட்டும். சிறு தலைப்புகளைத் தெளிவாகக் காட்டுவதற்குச் சற்று அழுத்தமான வண்ணம், வடிவத்தில் அச்சிடுவார்கள். இத்தகைய உத்திகள் எல்லாமே படிப்பவர்கள் அலுப்புத் தெரியாமல் படிக்க வேண்டும் என்பதற்காகப் பின்பற்றப் படுபவைதான்.

நேர்த்தியாகப் பக்க வடிவமைப்புச் செய்யப்பட்ட புத்தகங்களைப் படிப்பது உங்களுக்கு மிகவும் எளிதாக இருக்கும்.

சில பக்க வடிவமைப்புகளைப் புரிந்து கொள்வதே கடினமாக இருக்கும். இத்தனையாவது பத்தியில் பார்க்க, இந்தப் பக்கத்தில் தொடர்ச்சி இருக்கிறது என்பது போன்ற குறிப்புகளைக் கொண்ட பத்திரிகை அல்லது புத்தகத்தைப் படிப்பதற்கு அதிக நேரம் தேவைப்படும்.

உங்கள் கவனம் தொடர்ச்சி இல்லாமல் சிதறடிக்கப்பட இது வழி வகுக்கும். அத்தகைய புத்தகங்களைப் படிக்கும் வேகம் குறைவாகவே இருக்கும். எனவே வேகமாகப் படிக்க நினைப்பவர்கள் ஆரம்ப நிலையில் இத்தகைய புத்தகங்களைத் தவிர்க்க வேண்டும்.

படமும் பாடமும்

ஒரு படம் என்பது ஆயிரம் வார்த்தைகளுக்குச் சமம் என்பார்கள். உங்கள் நினைவில் எளிதாகப் பதிவாகக் கூடியவை படங்களே. அதற்கப்புறம்தான் எழுத்துக்கள் எல்லாம். சின்ன வயதில் படம் பார்த்துக் கதை சொல்லும் பயிற்சிகள் அளிக்கப்படுவதற்குக் காரணமும் இதுதான்.

நீங்கள் படிக்கும் புத்தகத்தில் கணிசமான எண்ணிக்கையில் படங்கள் இடம் பெற்றிருக்குமானால் அத்தகைய புத்தகங்களை வேகமாகப் படித்து முடித்து விடுவீர்கள். உண்மையில் நீங்கள் ஒவ்வொரு எழுத்தாக வாசித்துக் கொண்டிருக்க வேண்டிய தேவை குறைகிறது இல்லையா?

படங்கள் புத்தகங்களில் அதிக இடத்தை எடுத்துக் கொள் கின்றன. எழுதுவதற்கு விசயம் எதுவும் இல்லாதபோது படங்களைப் பெரிதாகப் போட்டு நிரப்பி விடுகிறார்கள் என்ற குற்றச்சாட்டு பொதுவாக எழுப்பப்படுவது உண்டு.

உண்மை அப்படியல்ல.

எந்தவொரு விசயத்தையும் படங்கள் வாயிலாகத் தெரிவிப்பது ஆயிரக்கணக்கான வார்த்தைகளை மிச்சப்படுத்தும். நீங்கள் உள்வாங்கிக் கொள்வதும் எளிதாகும். அவை நினைவிலும் நீண்ட காலம் நிற்கும்.

எப்படி அமர்கிறீர்கள்?

நீங்கள் எப்படி உட்கார்ந்து கொண்டு படிக்கத் தொடங்கு கிறீர்கள் என்பது முக்கியமாகக் கவனிக்கப்பட வேண்டும். நல்ல வசதியான இருக்கையில் அமர்ந்து கொண்டு படிப்பது ஏற்றது. வசதிக்குறைவான இருக்கைதான் கிடைக்கிறது என்றால் அதை உங்கள் வசதிக்கு ஏற்றபடி எப்படி மாற்றிக் கொள்ளலாம் என்பதை ஆராயுங்கள்.

ம. லெனின்

இதற்காக நீங்கள் ஆடம்பரமான, சொகுசு இருக்கைகளைத்தான் தேடிக் கொண்டு இருக்க வேண்டும் என்பது இல்லை. சில இருக்கைகளில் சாதாரணமாக உட்கார்ந்திருந்தாலே முதுகு வலி வரக் கூடும்.

வசதிக்குறைவான இருக்கைகளைத் தவிர்ப்பது நல்லது. புத்தகத்தைக் கையில் தாங்கிக் கொள்ளவும் கைகளுக்கு ஆதரவு கிடைக்கும் வகையிலும் இருக்கையில் கைப்பிடிகள் அமைக்கப்பட்டிருப்பது நல்லது.

சிலர் படிப்பதற்குச் சாய்வு நாற்காலியையே பெரிதும் விரும்புவார்கள். வயதானவர்களைப் பற்றிக் கேட்கவே வேண்டாம். மேலும் சிலர் கூடுதலாகச் சில தலையணைகளை வைத்துக் கொண்டு அவற்றின் மேல் சாய்ந்தபடி படிக்க நினைப்பார்கள்.

இவையெல்லாம் படிப்பதற்கு அவசியமாகத் தேவைப்படும் வசதிகள் என்று அவர்கள் தவறாக நினைத்துக் கொள்கிறார்கள். காலை வைத்துக் கொள்வதற்கும் ஒரு சிறு தலையணை தேடுபவர்கள் இருப்பார்கள்.

பக்கத்தில் எப்போதும் சூடான தேநீர், காபி போன்றவை இருந்தால்தான் படிக்கவே ஓடும் என்பவர்களும் உண்டு. இவை எல்லாமே மனம் சார்ந்த தேவைகள்தான். அதிகப்படி வசதிகளை ஏற்படுத்திக் கொண்டு வாசிக்க ஆரம்பிப்பவர்கள் மிகவும் தீவிரமாகப் படித்து முடித்துவிட வேண்டும் என்று திட்டமிடு வார்கள்.

ஆனால் என்ன நடக்கும்? படிக்க ஆரம்பித்துச் சில நிமிடங்களுக் குள்ளாகவே குறட்டைச் சத்தம் எழும். இது, அதிகப்படி சொகுசு, வசதிகளைத் தேடிக் கொள்வதால் வரும் கோளாறுதான். எதுவும் அளவோடு இருக்க வேண்டும்.

* உங்கள் இருக்கை ரொம்பவும் கடினமாக இருக்கக் கூடாது.
* ரொம்பவும் மென்மையானதாகவும் இருப்பது ஆகாது.
* பின்புறம் உள்ள சாய்மானம் முடிந்தவரை நேராக இருப்பதே ஏற்றது.
* சரிவான சாய்மானம்தான் வசதியானது என்று பலரும் தவறாக நினைத்துக் கொள்கிறார்கள்.
* சரிவான சாய்மானம் முதுகு வலியை உண்டாக்கும்.
* சரிவான சாய்மானம் கொண்ட இருக்கையில் அமர்ந்து கொண்டு படிக்கும்போது குறிப்பெடுக்கும் வேலை மிகவும் சிரமமாகத் தோன்றும்.

இன்றைக்கு இதை முடித்தே ஆக வேண்டும் என்கிற பதற்றத்தோடு படிக்க உட்காராதீர்கள்.

பொறுமையாக, சாவகாசமாகப் படித்துக் கொண்டால் போயிற்று என்கிற நினைப்போடும் படிக்க ஆரம்பிக்காதீர்கள்.

உங்கள் உடலை உறுத்தாத வகையில் இருக்கை இருக்குமாறு பார்த்துக் கொள்ளுங்கள்.

எல்லாவற்றையும் எடுத்து வைத்துக் கொள்ளுங்கள்.

நீங்கள் படிக்க நினைக்கும் எல்லாப் புத்தகங்களையும் எடுத்து வைத்துக் கொள்ளுங்கள்.

ம. லெனின்

இது உங்களுக்கு நல்லதொரு உற்சாகத்தைக் கொடுக்கும்.

இப்படி எடுத்து வைத்துக் கொள்ளாவிட்டால் என்ன ஆகும்? ஒவ்வொரு முறையும் எழுந்து, எழுந்து போய் எடுத்துக் கொண்டு வர வேண்டி இருக்கும். வைத்த இடம் நினைவில் இல்லை என்றால் தேவையற்ற தேடலில் காலம் விரையமாகும். இது உங்கள் ஊக்கத்தைக் குறைக்கும்.

குறிப்பெடுக்க வேண்டி இருக்கிறதா? குறிப்புப் புத்தகத்தை அருகில் வைத்துக் கொள்ளுங்கள். பேனா, பென்சில் போன்றவையும் கைக் கெட்டும் தொலைவில் இருக்கட்டும். இந்த வசதிகள் எல்லாம் போதுமான அளவில் இருந்தால் உங்கள் மனமே உங்களைப் பாராட்டும். இந்த ஊக்கம் உங்களை வேகமாகப் படிக்க வைக்கும்.

எவ்வளவு உயரம் இருக்க வேண்டும்?

நீங்கள் எந்த மேசையின் மேல் புத்தகத்தை வைத்துக் கொண்டு படிக்கப் போகிறீர்கள்? எந்த இருக்கையில் அமர்ந்து படிக்க உத்தேசம்?

இரண்டின் உயரங்களும் கவனிக்கப்பட வேண்டியவை.

நீங்கள் இருக்கையில் அமரும்போது உங்கள் தொடைகள் தரைக்கு இணையாக இருக்க வேண்டும். சற்றே உயர்த்தி வைத்துக் கொள்ளும் விதத்தில் இருந்தாலும் தப்பில்லை.

இடுப்பிற்கும் முழங்காலுக்கும் இடையிலான சரிவுக் கோணம் அமையுமாறு அமராதீர்கள்.

இது உங்களது இடுப்பு எலும்புகளை வருத்துவதாக அமையும். விரைவில் உடற்சோர்வு உருவாகும். நீங்கள் அமர்ந்திருக்கும் இருக்கையும் அறையின் தரைப்பரப்பும் மாற்றி அமைக்க முடியாத விதத்தில் இருக்கின்றனவா?

அப்போது நீங்கள் ஒரு சிறு மாற்று ஏற்பாட்டைச் செய்து கொள்ளலாம்.

கால்களை வைத்துக்கொள்ளச் சிறிய மணைப் பலகை ஒன்றை வைத்துக்கொள்ளுங்கள். கனமான, பழைய, தேவைப்படாத அட்டைகளை அடுக்கி ஒரு சிறு மேடையை அமைத்துக் கொண்டாலும் சரியே.

தரையில் இருந்து 73 முதல் 81 செ.மீ உயரம் கொண்ட மேசைப் பரப்பு வசதியாக இருக்கும். உங்கள் இருக்கைக்கும் மேசைப் பரப்பிற்குமான இடைவெளி 20 செ.மீ அளவில் இருப்பது பொருத்தம்.

எப்படி உட்காருகிறீர்கள்?

உங்கள் இருக்கையில் அமருங்கள். கால்கள் என்ன செய்கின்றன? தொங்கிக் கொண்டிருக்கின்றவா? இந்த இருக்கை பொருத்தமானதில்லை. இடுப்பும் முழங்கால்களும் தரைப் பரப்பிற்கு இணையாக இருக்கின்றனவா? நல்லது.

தொங்கிக் கொண்டு இருக்கின்றனவா? இருக்கை சரியில்லை. சற்று மேல்நோக்கிய கோணத்தில் இருக்கின்றனவா? இருக்கலாம்.

பாதங்கள் தரையில் படுகின்றனவா? அவற்றைத் தரைக்கு இணையாக வைத்துக் கொள்ள முடிகிறதா? முதுகைச் சாய்க்க வசதியாக இருக்கிறதா? இந்தச் சாய்மானம் ரொம்பவும் நேராகவும் இருக்கக் கூடாது. ரொம்பவும் சரிவாகவும் இருக்கக் கூடாது. இரண்டிற்கும் இடைப்பட்ட விதத்தில் அமைத்துக் கொள்ளுங்கள்.

முன்புறமாகச் சாய்ந்து கொண்டு படிக்க விரும்புகிறீர்களா? அப்படியானால் உங்களது புத்தகத்திற்குச் சிறிய முட்டு ஒன்றைக் கொடுங்கள். புத்தகம் வசதியான கோணத்தில் இருக்குமாறு பார்த்துக் கொள்ளுங்கள்.

ம. லெனின்

ரொம்பவும் நிமிர்ந்த நிலையிலோ, ரொம்பவும் சரிந்த நிலையிலோ அமர்ந்து படிக்க ஆரம்பித்தால் வெகு விரைவில் களைத்துப் போவீர்கள் என்பது மட்டும் நிச்சயம்.

அமரும் பரப்பு மெத்து மெத்தென்று இருக்க வேண்டும் என்று விரும்புகிறீர்களா? வேண்டாம். இது விரைவில் உங்களைக் கொட்டாவி விடச் செய்து விடும்.

உட்காரும் இடத்தையும் விதத்தையும் தேர்ந்தெடுப்பதற்கு இவ்வளவு தூரம் கவனம் எடுத்துக் கொள்ள வேண்டுமா என்று கேட்பீர்கள். நீங்கள் கவனத்தில் கொள்ள வேண்டிய விசயங்கள் நிறைய இருக்கின்றன.

உடலும் மனமும் ஒத்துழைக்க வேண்டும்

உங்கள் உள்ளம் நினைப்பதை உங்கள் உடல் செயல்படுத்த வேண்டும். உடலுக்கு வருத்தம் இல்லாமல் உள்ளம் உற்சாகத் துடன் இருக்க வேண்டும். இதற்கு உங்கள் மூளை எப்போதும் விழித்துக் கொண்டு இருப்பது அவசியம்.

இது உறங்கி ஓய்வெடுக்க வேண்டிய நேரம் என்ற செய்தி மூளைக்குத் தெரிவிக்கப்படும். உங்கள் உடல் எந்த நிலையில் இருக்கிறது என்பதைத் தராசு போல் ஆராய்ந்து சொல்லும் வேலையை உங்கள் காதுகள்தான் செய்கின்றன. எனவே நீங்கள் கொஞ்சம் இப்படி அப்படிச் சாய்ந்து உட்கார்ந்தால் தூக்கம் உங்கள் கண்களைத் தழுவ ஆரம்பிக்கும். அதைத் தவிர்க்க வேண்டும் இல்லையா?

நீங்கள் எந்தவிதத் தொந்தரவும் இல்லாமல் வசதியாக அமர்ந்து இருந்தால்தான் நீங்கள் ஏதோ பெரிய திட்டத்தோடு இருக்கிறீர்கள் என்பது உங்கள் மூளைக்குப் புரியும். உங்கள் உடல் சற்று முன்னோக்கியோ பின்னோக்கியோ இருக்குமானால் உங்கள் காதுகள் ஒரு செய்தியை மூளைக்கு அனுப்பும்.

நீங்கள் குனிந்து கொண்டே தலையைத் தாழ்த்திக் கொண்டோ படிக்க நேர்கிறது என்று வைத்துக் கொள்வோம். அப்போது என்ன ஆகிறது? உங்கள் முதுகு வளைய நேரும். தண்டுவடம் அதிக சிரமத்தை எதிர்கொள்ளும்.

தொண்டைப் பகுதி அழுத்தப்படும். கழுத்து விரைவில் வலிக்க ஆரம்பிக்கும். இதற்கெல்லாம் காரணம் இருக்கிறது. உங்கள் சுவாசக் குழாய் வழியாகச் செல்லும் காற்றின் அளவு குறைக் கப்படுவது ஒரு காரணம். இரத்த ஓட்டமும் குறைக்கப்படுகிறது.

இவற்றைப் புரிந்து கொள்ளாமல் நீங்கள் உங்களையே வருத்திக் கொள்வதில் பயனில்லை. வசதியான நிலையில் அமர்ந்து படிப்பதுதான் நல்லது. முதுகு வலியையும் தோள் வலியையும் விரட்டவும் இது உதவும்.

நேரம் நல்ல நேரம்

உங்கள் உடல் உங்களோடு ஒத்து இயங்குகிறதா? அதை முதலில் கண்டுபிடியுங்கள். ஒவ்வொருவருக்கும் ஒரு குறிப்பிட்ட நேர

இடைவெளியில் மிக நன்றாகச் செயல்பட முடியும். காலை ஆறு மணிக்குக் கண் விழித்து இரவு பத்து மணிக்கு உறங்கச் செல்வீர்கள்.

இந்தப் பதினாறு மணி நேர இடைவெளியில் எந்த நேரம் உங்களுக்கு உகந்தது என்பதைக் கண்டுபிடியுங்கள். காலை ஆறரை முதல் எட்டரை வரை படிக்கலாம் என்று தோன்றுகிறதா? அதைச் சில நாட்களுக்கு விடாமல் பின்பற்றிப் பாருங்கள்.

மாலை ஆறு மணி முதல் ஒன்பது மணி வரை ஏற்ற நேரம் என்று படுகிறதா? அப்படியும் முயன்று பாருங்கள். உங்களுக்கே தெரிய வரும். உங்கள் உடல் என்னும் இயந்திரம் குறிப்பிட்ட நேரத்தில் மிகத் திறமையாக இயங்குகிறது என்பதை உணர்வீர்கள்.

உங்கள் பணி, ஓய்வு மற்றும் பொழுதுபோக்கு ஆகிய தேவைகளுக்குப் போக எந்த நேரத்தைத் திறம்படப் பயன்படுத்த முடியும் என்பதைக் கண்டு கொள்ளுங்கள். அதைப் படிப்பதற்கு ஒதுக்கிக் கொள்ளுங்கள்.

முடிந்த வரை பின்னிரவு நேரங்களில் கண் விழித்துப் படிப்பதைத் தவிருங்கள். அதிகாலையில் எழுந்து படிப்பது வரவேற்கத் தக்கது. உங்கள் உடல் நலம் கெடாமல் பார்த்துக் கொள்ள வேண்டியது அவசியம்.

அளவும் முக்கியம்

சட்டைப் பையில் வைத்துக் கொள்ளக் கூடிய புத்தகம், செய்தித்தாள், இரண்டிற்கும் அளவில் உள்ள வேறுபாடு

உங்களுக்குத் தெரிந்ததுதான். எதை விரைவில் படிப்பீர்கள்? சின்னதாக உள்ளதை வேகமாகப் படித்து முடித்துவிடலாம்.

கையடக்கப் புத்தகத்தை விடவும் செய்தித்தாள் பக்கத்தைப் படிப்பதை வேகமாக முடித்துவிட முடிகிறது. ஆகவே நீங்கள் படிக்க வேண்டிய பரப்பும் அதில் அடங்கியுள்ள தகவலும் கவனிக்கப்பட வேண்டும்.

ஏனென்றால் இதில் படிக்க வேண்டிய எழுத்துப் பரப்பு குறைவு. செய்தித்தாள் பரப்பளவு அடிப்படையில் அதிக இடத்தை எடுத்துக் கொள்கிறது. அதே செய்தித்தாளில் ஒரு முழுப் பக்க விளம்பரம் வந்திருக்கிறது.

இதை வெகு வேகமாகப் படித்து விடுவீர்கள். இப்போது

உங்கள் அறை எப்படி இருக்கிறது?

நீங்கள் படிப்பதற்காகத் தேர்வு செய்யும் இடமும் சூழ்நிலையும் கூடக் கவனிக்கப்பட வேண்டியவையே. நல்ல வெளிச்சம், காற்றோட்டம் உள்ள அறையையே தேர்ந்தெடுங்கள். உங்கள் சொந்த அறை என்றால் அதை உங்கள் விருப்பத்திற்கு ஏற்ற விதத்தில் அலங்கரித்து வையுங்கள்.

ம. லெனின்

எப்போதும் எதுவும் உரிய இடத்தில் இருக்குமாறு பார்த்துக் கொள்ளுங்கள். படிப்பதற்கு மட்டும்தான் என்றில்லாமல் நீங்கள் எந்த இடத்தில் எத்தகைய சூழ்நிலையில் இருந்தால் இதமாக உணர்கிறீர்களோ அத்தகைய இடத்தில் இருக்கப் பாருங்கள்.

நான்கு சுவர்களையும் அடைத்துக் கொண்டு மேலே கூரை கீழே தரை என்று உங்களை ஒரு சிறைக்குள் தள்ளிக் கொள்ளாதீர்கள். அது உங்களுக்குச் சிங்காரத் தோட்டமாகத் தோன்ற வேண்டும். இட மாற்றம் என்ற கருத்தையும் முயன்று பார்க்கலாம்.

உங்களது படிக்கும் இடம் சலிப்பூட்டுவதாக இருக்கிறதா? உங்கள் உறவினர்கள், நண்பர்கள் தங்களது படிக்கும் அறைகளை எப்படி வைத்திருக்கிறார்கள் என்பதை ஒரு நடை போய்ப் பார்க்கலாம். சிறிது நேரம் அல்லது சிறிது காலம் அந்தச் சூழ்நிலையில் இருந்து பார்க்கலாம்.

நமக்கும் இதே போல் இருந்தால் படிப்பதற்கு நன்றாக இருக்கும் போல் இருக்கிறதே என்று தோன்றுகிறதா? உங்கள் அறையையும் அவ்வாறே மாற்றி அமைக்கப் பாருங்கள். உங்கள் வீடு கோவிலுக்கு அருகில் இருக்கிறதா?

மார்கழி மாதத்தில் காதைக் கிழிக்கும் ஒலி பெருக்கி ஓசையா? அப்போது சத்தம் கேட்காமல் இருப்பதற்கு என்ன வழி என்பதை ஆராயுங்கள். பக்கத்தில் எப்போதும் ஏதாவது சம்மட்டி அடி கேட்டுக் கொண்டே இருக்கிறதா? வீட்டை மாற்ற முடியுமா என்று பாருங்கள்.

படத்தைப் போல் பதிவு செய்யுங்கள்

உங்களிடம் படம் எடுக்கும் கருவி இருக்கிறது. ஒரு காட்சியைப் பார்த்த நொடியிலேயே அதைப் பதிவு செய்து கொள்ள முடியும். உங்களிடம் நீங்கள் விலை கொடுத்து வாங்கத் தேவையில்லாத படப்பிடிப்புக் கருவி இருக்கிறது. அதுதான் உங்கள் மனம்.

ஒரு வார இதழைப் புரட்டுகிறீர்கள். ஆழ்ந்து படிக்கவில்லை என்றே வைத்துக் கொள்வோம். உங்களிடம் ஒரு நூறு வார இதழ்களைக் கொடுக்கிறோம். எல்லாவற்றையும் புரட்டிப் பார்க்கிறீர்கள். சிறிது நேரம் கழித்து இன்னொரு கட்டு வந்து சேர்கிறது.

அதையும் ஆராயத் தொடங்குகிறீர்கள். இந்தக் கட்டில் உள்ள சில இதழ்களைத் தனியே எடுத்து வைத்து விடுகிறீர்கள். ஏனென்றால் அவற்றை நீங்கள் முந்தைய கட்டிலேயே பார்த்துவிட்டீர்கள்.

எப்படி உங்களால் இதை உறுதியாகச் சொல்ல முடிகிறது? வார இதழின் அட்டைப் படங்களை உங்கள் கண்கள் வழியாக மனதுக்குள் படம் பிடித்து வைத்துக் கொள்கிறீர்கள். அந்த அட்டையில் கல்யாணி இந்தப் பக்கமாகச் சாய்ந்து கொண்டு இருந்தார்.

இந்த நிறத்தில் உடை அணிந்து இருந்தார். இப்படித் தலை வாரி இருந்தார். ஒவ்வொரு விவரமும் உங்களது மனக்கண் முன் தெளிவாக ஓடும். அதே போன்ற அட்டையை இன்னொரு முறை பார்க்கும்போது அட.. இதைத்தான் ஏற்கனவே பார்த்து விட்டோமே என்று தோன்றும்.

படங்களை மட்டும்தான் இப்படி நினைவில் வைத்துக் கொள்வீர்களா? இல்லை. சின்னஞ் சிறு துணுக்காக இருந்தாலும் அது உங்கள் நினைவில் பதிந்திருக்கும். இதற்கு முன் எங்கோ படித்திருக்கிறோமே என்று தோன்றும்.

விளம்பரங்களும் அப்படித்தான். கதைகளும் அவ்வாறே. இப்படி ஆயிரக் கணக்கில், இலட்சக் கணக்கில் தகவல்களை உங்களால்

ம. லெனின்

நினைவு வைத்துக் கொள்ள முடியும். ஏற்கனவே பார்த்தது, படித்தது என்று ஒதுக்கிவிட முடியும்.

நீங்கள் தெரிந்து கொள்ள வேண்டியது என்னவென்றால் பொழுதுபோக்கு வார இதழ்களைப் புரட்டும்போதே இத்தனை தகவல்கள் உங்கள் மூளையில் பதிவாகும்போது அக்கறை எடுத்துப் படிக்கிற விசயங்களையும் இதே வேகத்தில் உள்வாங்கிக் கொள்ள முடியும் என்பதுதான்.

வருடும் விதம்

நீங்கள் ஒரு பக்கத்தில் அச்சிடப்பட்டுள்ள விவரங்களை எப்படிப் படிக்கிறீர்கள் என்பதைக் கவனிக்க வேண்டும்.

- வேகமாகப் படிக்க வேண்டும்.
- மிக வேகமாகப் படித்துச் சாதனை செய்ய வேண்டும்.
- வேகமாக வாசிப்பதில் உலகப் பட்டம் வெல்ல வேண்டும்.
- அதற்கான பயிற்சிகளை இன்றே ஆரம்பித்துவிட வேண்டும்.
- எந்தச் சோதனை வந்தாலும் இதை நிறுத்தக் கூடாது.
- என்னால் இந்த முயற்சியில் வெற்றி பெற முடியும்.
- நான் சாதித்துக் காட்டுவேன்.
- சாதித்துவிடுவேன்.

இதுதான் நீங்கள் படிக்க வேண்டிய பகுதி என்போம்.

தொலைக்காட்சித் திரையில் படங்கள் எப்படி ஓடுகின்றன? ஒரு முழுப் படத்தை எடுத்துக் கொண்டு அதைச் சிறு சிறு வரிகளாகக் கூறிடுவார்கள். அந்தக் கூறுகளை அடுத்தடுத்துத் திரையில் வீழ்த்தும்போது படம் தொடர்ச்சியாகத் தெரிய வரும்.

நீங்களும், படிக்கும் பக்கங்களை இப்படித்தான் சிறு சிறு பகுதிகளாகக் கூறிட்டுக் கொள்வீர்கள். இது ஒவ்வொருவருக்கும் ஒவ்வொரு விதமாக அமையும்.

மாதவி இப்படிப் படிக்கிறார்.

வேகமாகப் படிக்க வேண்டும்.

மிக வேகமாகப் படித்துச் சாதனை செய்ய வேண்டும்.

வேகமாக வாசிப்பதில் உலகப் பட்டம் வெல்ல வேண்டும்.

அதற்கான பயிற்சிகளை இன்றே ஆரம்பித்துவிட வேண்டும்.

எந்தச் சோதனை வந்தாலும் இதை நிறுத்தக் கூடாது.

என்னால் இந்த முயற்சியில் வெற்றி பெற முடியும்.

நான் சாதித்துக் காட்டுவேன்.

சாதித்துவிடுவேன்.

இடமிருந்து ஆரம்பித்து ஒவ்வொரு வரியாக வலப்புறம் நோக்கிப் படித்துக் கொண்டு போகிறார். ஒரு வரியைப் படித்து முடித்த பிறகு அடுத்து வரிக்கு வருகிறார்.

முத்து மணி எப்படிப் படிக்கிறார்?

வேகமாகப் படிக்க வேண்டும்.
மிக வேகமாகப் படித்துச் சாதனை செய்ய வேண்டும்.

வேகமாக வாசிப்பதில் உலகப் பட்டம் வெல்ல வேண்டும்.
அதற்கான பயிற்சிகளை இன்றே ஆரம்பித்துவிட வேண்டும்.

எந்தச் சோதனை வந்தாலும் இதை நிறுத்தக் கூடாது.
என்னால் இந்த முயற்சியில் வெற்றி பெற முடியும்.

நான் சாதித்துக் காட்டுவேன்.
சாதித்துவிடுவேன்.

ஒரே நேரத்தில் இரண்டு இரண்டு வரிகளாக எடுத்துக் கொண்டு படிக்கிறார்.

சாம்பசிவம் என்ன செய்கிறார்?

வேகமாகப் படிக்க வேண்டும்.
மிக வேகமாகப் படித்துச் சாதனை செய்ய வேண்டும்.
வேகமாக வாசிப்பதில் உலகப் பட்டம் வெல்ல வேண்டும்.

அதற்கான பயிற்சிகளை இன்றே ஆரம்பித்துவிட வேண்டும்.
எந்தச் சோதனை வந்தாலும் இதை நிறுத்தக் கூடாது.
என்னால் இந்த முயற்சியில் வெற்றி பெற முடியும்.

நான் சாதித்துக் காட்டுவேன்.
சாதித்துவிடுவேன்.

ஒரு நேரத்தில் மூன்று மூன்று வரிகளாக எடுத்துக் கொள்கிறார்.

இவர்கள் எல்லாருமே ஒரே தகவலைத்தான் படிக்க முயல்கிறார்கள். ஆனால் அவர்கள் கூறிட்டுக் கொள்ளும் விதம் மாறுபடுகிறது.

நீங்கள்...
வரிவரியாகவும் கூறிடலாம்
இரண்டு, மூன்று வரிகளாகவும் கூறிட்டுக் கொள்ளலாம்.

பத்தி, பத்தியாகவும் அமைத்துக் கொள்ளலாம்.
பக்கம் பக்கமாகவும் திருப்பலாம்.
புத்தகம் புத்தகமாகவும் முடிக்கலாம்.
இவற்றுள் உங்களுக்கு எதில் திறமை காட்ட முடிகிறது என்பதைப் பாருங்கள்.

உங்கள் கண் அசைவுகளைக் கவனிக்க வேண்டும்.

ஒரே நேரத்தில் எத்தனை வரிகளை வருடுகிறீர்கள்?

எந்தத் திசையில் வருடுகிறீர்கள்?

வரிக்கு வரியா?

சில வரிகளைக் கொண்டு தொகுப்பா?

நேர் கோட்டிலா?

குறுக்கு வசத்திலா?

கோலம் போன்ற வடிவிலா?

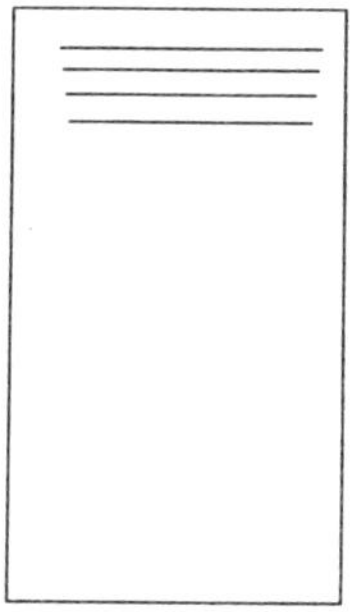

வரிக்கு வரி வருடும் விதம்

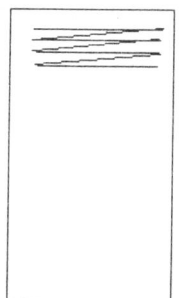

ஒரு வரியிலிருந்து மற்றொரு வரிக்குத் தாவும் விதம்

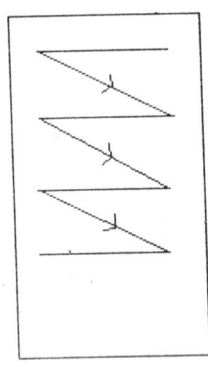

ஒரே நேரத்தில் பல வரிகளைக் குறுக்காக வருடுதல்

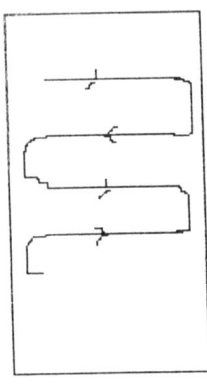

ஒரே நேரத்தில் பல வரிகளைக் கிடை மட்டமாக வருடுதல்

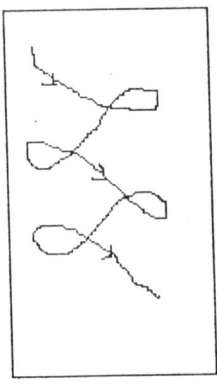

ஒரே நேரத்தில் பல வரிகளைக் கோல வடிவில் வருடுதல்

வேகமாகப் படிக்க சில எளிய உத்திகள்

இவற்றுள் ஒரு குறிப்பிட்ட விதத்தை மட்டுமே நீங்கள் பின்பற்ற வேண்டும் என்பது இல்லை. உங்களுக்கு எது வசதியாக இருக்கிறது என்பதைப் பார்க்க வேண்டும்.

அதைப் பின்பற்றப் பழகிக் கொள்ள வேண்டும்.

ஒரே காட்சியை வெவ்வேறு கோணங்களில் படம் பிடிப்பது போன்றது இது. உங்கள் வசதிதான் முக்கியம். எது உங்களுக்குச் சரிப்பட்டு வருகிறது என்பதைப் பயிற்சி மற்றும் அனுபவத்தின் மூலம் கண்டு கொள்ளலாம்.

ஒழுங்கு இருந்தால் உடனே முடியும்

ஆங்கில மொழியில் 50 ஆயிரம் சொற்களை நீங்கள் முறையாகவும் விரைவாகவும் கற்றுக் கொள்ள வேண்டுமா? அதற்கு ஒரு எளிய வழி இருக்கிறது.

அலமாரி அலமாரியாக அடுக்கி வைக்கப்பட்டுள்ள புத்தகங்களைக் கூட நீங்கள் ஒன்றிரண்டு நாளில் படித்து முடித்துவிட முடியும். தேவைப்படுவதெல்லாம் குறிப்பிட்ட விதத்திலான ஒழுங்குதான்.

ம. லெனின்

50 ஆயிரம் சொற்களைக் கொண்ட ஆங்கில அகராதியை எடுத்து வைத்துக் கொள்ள வேண்டியதுதான். இது என்ன வழி என்பீர்கள்.

நீங்கள் கவனிக்க வேண்டிய விசயம் ஒன்றே ஒன்றுதான். எல்லா வார்த்தைகளும் அகர வரிசைப்படி அச்சிடப்பட்டிருக்கின்றன. அதுதான் உங்கள் வேலையை எளிதாக்குகிறது. இந்த வரிசைப்படிதான் எப்போது தேடினாலும் இந்த இடத்தில் இந்தச் சொல் இருக்கும் என்கிற வசதி கிடைக்கிறது.

எப்படிக் கலைந்து கிடந்தாலும் அதை ஒரு ஒழுங்குமுறையின் கீழ் கொண்டு வந்தால் போதும்.

வெளிச்சம் விழும் விதம்

நீங்கள் படிக்க இருக்கும் இடத்தில் வெளிச்சம் எப்படி இருக்கிறது என்பதைக் கவனியுங்கள். யாரைக் கேட்டாலும் ஒரு விசயத்தில் ஒரே கருத்தைத்தான் தெரிவிப்பார்கள். படிப்பதற்கு ஏற்ற சரியான வெளிச்சம் எது என்று கேட்டுப் பாருங்கள்.

பகல் வெளிச்சம்தான் என்பார்கள். அதுதான் உண்மையும் கூட. முடிந்தவரை இயற்கை வெளிச்சம் விழக்கூடிய சன்னலுக்கு அருகிலான இடங்களில் படிப்பது ஏற்றது. ஆனால் நீங்கள் எல்லா நேரத்திலும் பகல் வெளிச்சத்தைத் தேடிக் கொண்டு இருக்க முடியாது. செயற்கை வெளிச்சத்தைத்தான் பயன்படுத்த வேண்டும்.

ஒளியானது தோளின் பின்புறத்தில் இருந்து வர வேண்டும். வலக்கைப் பழக்கம் உள்ளவர்கள்தான் பெரும்பான்மையினர். எனவே ஒளி விளக்கு அவர்களது பின் இடப் பக்கத்தில் இருந்து வர வேண்டும்.

இப்படி அமைத்துக் கொண்டால்தான் நிழல் விழாமல் இருக்கும். கண் கூசாது. ஒளிச் சிதறல் ஏற்படாது. இடக் கைப் பழக்கம் கொண்டவர்கள் பின் வலப் புறத்திலிருந்து வெளிச்சம் கிடைக்குமாறு பார்த்துக் கொள்ள வேண்டும்.

மேசை விளக்கைப் பயன்படுத்துகிறீர்களா? அவற்றைச் சரியான இடம் மற்றும் கோணத்தில் அமைக்கவில்லை என்றால் உங்கள் கண்களைத்தான் உறுத்தும். நீங்கள் படிக்க வேண்டிய பகுதியை வெளிச்சமிட்டுக் காட்ட வேண்டும். அதே நேரத்தில் அறையின் பிற பகுதிகளை விடவும் அதிகப் பிரகாசம் கொண்டதாக இருக்கக் கூடாது.

பளிச்சென்ற வெளிச்சம் புத்தகத்தின் பக்கங்களின் மேல் விழும்படி செய்து கொண்டால்தான் படிக்க முடியும் என்று நினைப்பது தவறு. தேவைப்படும் கோணத்திலும் உயரத்திலும் திருப்பி வைத்துக் கொள்ளக் கூடிய விளக்குகள் கிடைக்கின்றன.

குறைந்த மின் செலவிலேயே அதிக ஒளி தரும் விளக்குகளும் உள்ளன. பொருத்தமானவற்றைத் தேர்ந்தெடுத்துப் பயன் படுத்துங்கள்.

♦ வெளிச்சம் சீரானதாக இருக்க வேண்டும்.
♦ தெளிவானதாக இருப்பது அவசியம்.
♦ சிதறல் இருக்கக் கூடாது.

இவற்றில் நீங்கள் கவனம் செலுத்தாவிட்டால் உங்கள் படிக்கும் வேகம் பாதியாகக் குறைந்துவிடும் என்பதை நினைவில் வைத்துக் கொள்ளுங்கள்.

எண்ணெய் விளக்கில் படித்தது ஒரு காலம். குண்டு பல்பு போய்க் குழல் விளக்குகள் வந்தன. குறு விளக்குகள் இப்போது கோலோச்சுகின்றன. இழையிலா விளக்குகள் வரத் தொடங்கி விட்டன. காலத்திற்கேற்ப நீங்களும் மாறிக் கொள்ள வேண்டும். ஆடம்பரம் என்று கருதாமல் அவசியத்திற்குச் செலவழிக்கக் கற்றுக் கொள்ள வேண்டும்.

ம. லெனின்

கணினியில் படிக்கிறீர்களா?

இப்போதெல்லாம் பல புத்தகங்களை மின்புத்தகங்களாகவே தருகிறார்கள். கணினித் திரையில் பார்த்தே படித்துவிடலாம். இது உங்களது வேலையை எளிதாக்கும். விரைவாக்கும். இதிலும் சில ஒழுங்குகளை நீங்கள் கடைப்பிடிக்க வேண்டியது அவசியம்.

கணினித் திரையை உற்றுப் பார்த்துக் கொண்டே இருந்தால் உங்கள் கண்கள் சோர்வடையக் கூடும். இதைத் தவிர்க்க எளிய வழி இருக்கிறது. பத்து நிமிடம் அல்லது பதினைந்து நிமிடம் படியுங்கள். இடையில் சற்று நிறுத்துங்கள். கண்களுக்கு ஓய்வு கொடுங்கள்.

கணினித் திரையிலிருந்து உங்கள் பார்வையை அகற்றுங்கள். அறையைச் சுற்றி நோட்டம் விடுங்கள். சன்னலுக்கு வெளியே தொலைவில் பாருங்கள். நீங்கள் கண்களை மூடிக் கொண்டுதான் ஓய்வு எடுக்க வேண்டும் என்பதில்லை.

பார்க்கும் காட்சியை மாற்றிக் கொண்டாலே போதும். சிறிது நேரம் உங்கள் பார்வையைத் தொலைவில் செலுத்திவிட்டு அதன்பின் படிப்பதைத் தொடருங்கள்.

எழுத்துக்களின் அளவையும் வடிவையும் உங்கள் வசதிக்கு ஏற்ப மாற்றி அமைத்துக் கொள்ளலாம். இந்த வசதி மின்புத்தகங்களில் கிடைக்கும் கூடுதல் சவுகரியம். கணினி தன் போக்கில் காட்டும் எழுத்துக்கள் அப்படியே இருந்துவிட்டுப் போகட்டும் என்று நினைக்காதீர்கள்.

உங்கள் வசதிக்குப் பொருத்தமான வகையில் மாற்றி வைத்துக் கொள்ளுங்கள். அப்போதுதான் உங்களால் வேகமாகப் படிக்க முடியும். சோர்வு தலை காட்டாது.

வேகமாகப் படிக்க சில எளிய உத்திகள்

ஒரு வரிக்கும் மற்றொரு வரிக்கும் எவ்வளவு இடைவெளி விடப்பட்டிருக்கிறது என்பதைக் கவனியுங்கள். அதுவும் கணினியின் விருப்பப்படி அமைய இடம் கொடுக்காதீர்கள். உங்கள் வசதிப்படிதான் அமைய வேண்டும்.

இத்தகைய ஏற்பாடுகளைச் சரிவரச் செய்து கொண்டால் உங்கள் வேகம் வியக்கத்தக்க அளவில் அதிகரிக்கும்.

மனப்படம் வரையக் கற்றுக் கொள்ளுங்கள்

நீங்கள் கொஞ்சம் கற்பனை செய்து பார்க்கக் கற்றுக் கொள்ள வேண்டும்.

உங்கள் மனதுக்குள்ளேயே ஒரு படத்தை உருவாக்க வேண்டும். என்னால் வேகமாகப் படிக்க முடியும்.

வேகத்தை அதிகரிக்க இன்னின்ன வழிகளைத் தேர்ந்தெடுத் திருக்கிறேன்.

* எனது வேகத்தைக் குறைக்கும் நடவடிக்கைகள் இவை
* வேகமாகப் படிப்பதால் எனக்கும் கிடைக்கும் நன்மைகள்
* என்னால் சாதிக்க முடிபவை
* சாதித்தவை

இது மாதிரியான விசயங்களை உங்கள் கற்பனையில் விதை யுங்கள். இதே வரிசைப்படிதான் செய்ய வேண்டும் என்பது கட்டாயமில்லை.

உங்கள் எண்ண ஓட்டம் எப்படி இருக்கிறதோ அதைப் பொருத்து வரிசைப்படுத்துங்கள்.

மனத் திரையில் காண்பனவற்றை ஒரு காகிதத்தில் படமாக வரைந்து வைத்துக் கொள்ளுங்கள்.

உங்களுக்கே தெரியும். ஒரு சிறு புள்ளியில் ஆரம்பித்துக் காகிதம் முழுவதையும் நிரப்பி விடும் அளவுக்கு வரைந்து விடுவீர்கள்.

இதையே எதிர்த் திசையிலும் முயன்று பாருங்கள்.

ஒரு புள்ளியில் ஆரம்பித்துக் காகிதம் முழுவதையும் நிரப்புங்கள்.

ம. லெனின்

ஒரு காகிதத்தில் முழுவதுமாக வரையப்பட்டிருக்கும் படத்தை ஒவ்வொன்றாகச் சுருக்கிக் கொண்டே வர முடிகிறதா என்று முயற்சி செய்யுங்கள். கடைசியில் ஒரு புள்ளியில் வந்து நிற்பீர்கள். இந்தப் பயிற்சியைப் பல முறை செய்து பாருங்கள்.

முழுப் பக்கத்தில் தொடங்கி ஒரு புள்ளியில் கொண்டு வந்து நிறுத்துங்கள்.

இதை மீண்டும் மீண்டும் செய்து பார்த்துப் பழகிக் கொண்டீர்கள் என்றால், வேகமாகப் படிப்பதற்கு மட்டும்தான் என்பதில்லை. உங்கள் விருப்பம் எதுவாக இருந்தாலும் அதை நிறைவேற்ற இந்த வழி ஏற்றதாக இருக்கும்.

15. தவிர்க்கப்பட வேண்டிய தவறுகள்

நீங்கள் உங்கள் படிப்பு வேகத்தை அதிகரிக்க வேண்டும் என்பதற்காக முயற்சி செய்கிறீர்கள். உங்களுக்கே தெரியாமல் உங்கள் வேகத்தைக் குறைக்கக் கூடிய சில நடவடிக்கைகளை உங்கள் வாழ்நாள் முழுவதும் பின்பற்றிக் கொண்டு இருப்பீர்கள்.

அவை என்னென்ன என்று தெரிந்து கொள்ள வேண்டியது முக்கியம். அப்படித் தெரிந்து கொண்ட பின் அவற்றைத் தவிர்க்க முயற்சிப்பது புத்திசாலித் தனம்.

கை விரலை வைத்து நகர்த்திக் கொண்டே படிக்கும் கெட்டபழக்கம்

சிலர் எப்படிப் படிக்கிறார்கள் என்று கவனியுங்கள். புத்தகத்தைத் திறந்து வைத்துக் கொள்வார்கள். அதன் வரிகளின் மேல் ஆட்காட்டி விரலை வைத்துக் கொள்வார்கள். படிக்கப் படிக்க விரலை நகர்த்திக் கொண்டே வருவார்கள்.

இப்படிச் செய்து கொண்டே படித்தால்தான் வரிகள் பிறழாமல் தொடர்ச்சியாகப் படிக்க முடியும் என்று நினைக்கிறார்கள். இது தவறு.

விரலை வரிக்கு வரி, வார்த்தைக்கு வார்த்தை, எழுத்துக்கு எழுத்து நகர்த்திக் கொண்டே இருந்தால்தான் எல்லாவற்றையும்படிக்க முடியும் என்பது தவறான எண்ணம். அதை விலக்குங்கள். வரிகளுடன் கூடவே விரலையும் நகர்த்திக் கொண்டு வருவது உங்கள் வேகத்தைக் குறைக்கவே செய்யும்.

எழுதக் கற்றுக் கொண்ட ஆரம்ப காலங்களில் எந்தத் தாளில் எழுதினீர்கள்? கோடு போட்ட தாளில்தானே?

அப்புறம் வளர, வளர கோடு போடாத தாளில் எழுதக் கற்றுக் கொண்டீர்கள் இல்லையா?

எழுதக் கற்றுக் கொள்ள ஆரம்பித்தபோது உங்களுக்கு ஒவ்வொரு எழுத்தையும் எழுதிப் பழகுவதற்கு இரண்டு கோடு, நான்கு கோடு போட்ட தாள் தேவைப்பட்டது.

அதன்பின் எழுத்துக்களுக்குப் பதிலாக வரிகளில் கவனம் செலுத்த ஆரம்பிப்பீர்கள்.

வரிகளுக்கான கோடுகள் இல்லாவிட்டால் எழுதும்போது கோணலாகப் போய்விடும் என்று அஞ்சி இருப்பீர்கள். அதன்பின் அந்த அச்சம் பொய் என்று உணர்ந்திருப்பீர்கள்.

எந்தப் புத்தகமாவது கோடு போட்ட தாளில் அச்சிடப் படுகிறதா? இல்லையே? நீங்கள் மட்டும் வாசிக்கும் போது எதற்காக உங்கள் விரலால் ஒரு கற்பனைக் கோட்டை இழுத்துக் கொண்டு வர வேண்டும்? தேவையில்லைதானே?

உரக்கப் படிக்கும் வழக்கம் விரைவில் சோர்வை ஏற்படுத்தும்

சில குழந்தைகள் படிக்கும்போது கவனித்துப் பாருங்கள். புத்தகத்தில் உள்ளவற்றை மிகவும் சத்தம்போட்டுப் படிப் பார்கள். அப்படிப் படித்தால்தான் மனதில் நிற்கும் என்று யாரோ சொல்லி இருப்பார்கள். அதை அப்படியே பிடித்துக் கொண்டிருப்பார்கள். இது கெட்ட பழக்கம். இந்தப் பழக்கத் தையும் தவிர்க்க வேண்டும்.

நீங்கள் உரக்கப் படிப்பதால் உங்கள் தொண்டை பாதிக்கப்படும். வறண்டு போகும். நாக்கு உலர்ந்து போகும். அடிக்கடி தண்ணீரைத் தேட வைக்கும். தொண்டைப் புண்ணும் வரலாம். உரக்கப் படிப்பதால் உங்கள் உடல் சக்தி விரைவில் தீர்ந்து போகும்.

ம. லெனின்

விளைவு? விரைவில் நீங்கள் சோர்வடைவீர்கள். 100 பக்கம் படிக்க வேண்டும் என்று ஆரம்பித்த நீங்கள் 40 பக்கங்களைத் தாண்டுவதற்குள் களைத்துப் போவீர்கள்.

ஆகவே சத்தம் போட்டுப் படிக்கும் வழக்கத்திற்கு விடை கொடுங்கள்.

மனதுக்குள் படிக்கக் கற்றுக் கொள்ளுங்கள்.

உறங்கி விழலாமா?

பலருக்கும் இந்த பலவீனம் இருக்கும்.

ஒரு புத்தகத்தை எடுத்துப் படிக்க ஆரம்பிப்பார்கள். சில பக்கங்களைத் தாண்டுவதற்கு முன்பே உறக்கம் கண்களைச் சுழற்றும். தூங்கிப் போவார்கள்.

படிக்க ஆரம்பிப்பதற்கு முன் என்ன சாப்பிட்டீர்கள், எவ்வளவு சாப்பிட்டீர்கள் என்பதைக் கவனியுங்கள். வயிறு முட்டச் சாப்பிட்டால் உறக்கம் வரத்தான் செய்யும். கொழுப்பு அதிகம் உள்ள உணவு வகைகளை உள்ளே தள்ளினால் தூக்கம் உங்களை விரட்டிக் கொண்டேதான் திரியும்.

தோசை, பூரி, தயிர்ச்சோறு போன்றவற்றைச் சாப்பிட்ட பிறகு படிக்க முயற்சித்த போதெல்லாம் உறக்கம் விரைந்து வந்து தழுவிக் கொண்டதை அனுபவத்தில் உணர்ந்திருப்பீர்கள்.
எனவே நிறைய, நிறையச் சாப்பிடுவதைத் தவிருங்கள்.

பசித்திரு, விழித்திரு என்று எதற்காகச் சொன்னார்கள்? யோசியுங்கள்.

வேண்டாத பழக்கங்கள்

சிலர் நீண்ட நேரம் படிக்க வேண்டும் என்பதற்காகத் தயாராக காபி, தேநீர் போன்ற பானங்களை வைத்துக் கொள்வார்கள். அவ்வப்போது மூளைக்குச் சுறுசுறுப்பு ஏற்றிக் கொள்ளும் உத்தி என்று இதைக் கருதுவார்கள்.

இல்லை. இந்தப் போலிப் பழக்கங்களால் உங்களை நீங்களே ஏமாற்றிக் கொள்கிறீர்கள். செயற்கையாக எந்த வழியிலும் உங்கள் உறக்கத்தைக் கெடுக்க நினைக்காதீர்கள். பின்னிரவில் அதிக நேரம் விழித்திருந்து படிப்பதை விட அதிகாலையில் சீக்கிரமாக எழுந்து படியுங்கள்.

உங்கள் உடல் உங்களோடு ஒத்துழைக்கத் தயாராக இல்லாத வேளையில் வலுக்கட்டாயமாக அதை இழுத்துப் பிடித்து விரட்டி ஓட்ட முயற்சிக்காதீர்கள். வேண்டாம்.

வேறு சிலர் தீவிரமாகத் திட்டமிடுவார்கள். படிக்க வேண்டிய புத்தகங்களை எடுத்து அடுக்கிக் கொள்வார்கள். பக்கத்திலேயே நொறுக்குத் தீனிகள் குவிந்திருக்கும்.

படிப்பதை விடவும் தீனிகளை விழுங்குவதிலேயே கவனம் போகும். இல்லை.. இல்லை நான் மிதமாகத்தான் எடுத்துக் கொள்வேன் என்பீர்கள். உண்பதற்குக் குறிப்பிட்ட நேர இடைவெளி இருக்க வேண்டும்.

சிறிய அளவுதான் என்றாலும் சதா கொறித்துக் கொண்டே இருந்தால் ஊளைச் சதை போட்டு விடும். உட்கார்ந்தால் எழுந்து

கொள்ள முடியாத அளவுக்கு உடல் பருத்துவிடும். நீங்களாகவே இப்படிப்பட்ட தொல்லைகளை இழுத்துவிட்டுக் கொள்வதைத் தவிர்ப்பது அவசியம். நொறுக்குத் தீனிகளுக்கு வரம்பு கட்டுங்கள்.

எவ்வளவு வேகம் ஏற்றது?

நீங்கள் படிக்க வேண்டிய புத்தகத்தை எவ்வளவு வேகமாக வாசிக்க வேண்டும்? இதற்கு இதுதான் அளவுகோல் என்று எதுவும் கிடையாது. ஆனால் சின்ன வயதில் உங்களுக்கு அளிக்கப்பட்ட ஆலோசனையை இன்னும் பிடித்துத் தொங்கிக் கொண்டு இருக்காதீர்கள்.

இதை நீ நாளைக்கு மனப்பாடம் செய்து கொண்டு வர வேண்டும். அவசரம் அவசரமாகப் படிக்காதே. நின்று நிதானமாக வாசி. அப்போதுதான் மண்டையில் ஏறும் என்று உங்கள் ஆசிரியை அல்லது ஆசிரியர் அறிவுறுத்தி இருப்பார்.

மெதுவாகப் படித்தால்தான் மனதில் பதியும் என்கிற கருத்து உங்கள் மனதில் பதிந்து போகும். மெதுவாகப் படிப்பீர்கள். நேரம் அதிகமாகும். குறித்த காலத்திற்குள் நம்மால் படித்து முடிக்க முடியவில்லையே என்கிற கழிவிரக்கம் தோன்றும்.

உங்கள் திறன் குறையும். கவலை அதிகரிக்கும். கவலையால் திறன் குறைந்ததா, திறன் குறைந்ததால் கவ்லை வளர்ந்ததா என்று குழம்பிப் போவீர்கள்.

மெதுவாக வாசிக்க வேண்டும் என்று சொல்லிக் கொடுக்கப்பட்டதை மறந்து விடுங்கள். வேகமாகப் படித்தால் வேகமாக உள்வாங்கிக் கொள்ளலாம் என்பதை நம்புங்கள்.

இருபது ஆண்டுகளுக்கும் மேலாகத்
தாம் படித்த நூல்களில் இருந்து தக்க
குறிப்புகளைத் திரட்டிச் சேகரித்திருந்தார் அவர்.
அவற்றைத் தொகுத்தால்
இருபது ஆயிரத்திற்கும் மேற்பட்டவை தேறும்.

16. வெற்றிக் கதைகள் 69

பெயருக்கேற்ற பெரியவர்

திரவியம் என்பது அவரது பெயர். பெயருக்கேற்ற பெருமை உடையவர். சிறு வயது முதற்கொண்டே படிப்பதில் மிகுந்த ஆர்வம் கொண்டவர். மிக மிக வேகமாகப் புத்தகங்களைப் படிக்கும் பழக்கத்தை இயல்பாகவே வளர்த்துக் கொண்டவர்.

வேகமாகப் படித்தாலும் படித்த விசயங்களை ஆழமாக மனதில் பதிய வைத்துக் கொள்வார். ஒவ்வொரு நாளும் ஒரேயொரு புதிய புத்தகத்தை யாவது படித்து முடித்தால்தான் அவருக்கு நிறைவாக இருக்கும்.

இதை வெறும் வெற்றுச் சம்பிரதாயமாக வைத்துக் கொள்ளாமல் விருப்பத்தோடு மேற்கொள்ளும் வேள்வியாகவே வைத்திருந்தார் அவர். இருபது ஆண்டுகளுக்கும் மேலாகத் தாம் படித்த நூல்களில் இருந்து தக்க குறிப்புகளைத் திரட்டிச் சேகரித் திருந்தார் அவர். அவற்றைத் தொகுத்தால் இருபது ஆயிரத்திற்கும் மேற்பட்டவை தேறும்.

படிப்பதும் குறிப்பெடுப்பதும் குறித்து வைத்ததைப் பயன் படுத்திக் கொள்வதும் அன்றாடக் கடமைகளில் ஒன்றாகவே இருந்தது. வயது முதிர்ந்த நிலையில் மருத்துவ மனையில் நோய்ப் படுக்கையில் இருந்த நேரத்திலும் கூட அவர் படிப்பதை மறந்ததில்லை.

தூத்துக்குடி நகரில் 1925 ஆம் ஆண்டு ஜூலை மாதம் காந்தி மதிநாதன், சீதாலட்சுமி ஆகியோரின் தலைப் பிள்ளையாகப் பிறந்தவர் கா. திரவியம். இளமையிலேயே கையில் கிடைத்தது எதுவாயினும் கற்றுக் கொள்ள வேண்டும் என்ற ஆர்வம் மிக்கவராகத் திகழ்ந்தார்.

இவர் பள்ளி இறுதி வகுப்பை முடித்த போது இவரது வயது வெறும் பதின்மூன்றரைதான். இவ்வளவு குறைந்த வயதில் பள்ளி இறுதிப் படிப்பை முடிப்பதற்குக் காரணமாக இருந்தது இவரது வேகமாகப் படிக்கும் பண்புதான் என்று சொல்வது மிகை யாகாது.

அடுத்ததாகப் பட்டப் படிப்பில் சேர வேண்டும். அதற்கு இருக்க வேண்டிய குறைந்தபட்ச வயதைக் கூட அவர் எட்டி இருக் கவில்லை. ஆனால் படிப்பிலோ படுசுட்டி. இவரது திறமையை உணர்ந்து கொண்ட அண்ணாமலைப் பல்கலைக் கழகம் விதிவிலக்கு அளிக்க முன்வந்தது.

திரவியத்தைப் பட்டப் படிப்பின் இடைநிலைத் தகுதியில் சேர்த்துக் கொண்டது.

திரவியம் சிறந்த பேச்சாளராகவும் விளங்கினார். சுதந்திரப் பற்று கனல் வீசத் தொடங்கி இருந்த காலம். ஏராளமாகப் படித்து எல்லாவற்றையும் தமது சிந்தனையில் தேக்கி வைத்திருந்த இவர் அனல் தெறிக்கப் பேசுவார்.

ஆங்கில ஆட்சி இவரைக் கைது செய்தது. அப்போது அவருக்கு வயதோ பதினான்கு மட்டுமே. சிறைத் தண்டனை அளிக்கப்பட இயலாத சிறுவர். எனவே ஆட்சியாளர்கள் அவரை வீட்டுக் காவலில் வைத்தார்கள்.

திரவியத்தின் அருமை பெருமைகளை உணர்ந்தவர் தாம்பரம் கிறித்துவக் கல்லூரியின் முதல்வராக இருந்த டாக்டர்

ஏ.ஜே.பாய்டு. அவரது பெரு முயற்சி காரணமாக திரவியம் பட்டப் படிப்பைத் தொடர வழி பிறந்தது.

இருப்பினும் வெள்ளையனே வெளியேறு இயக்கத்தில் போராடி யதால் 1942 ஆம் ஆண்டில் தண்டனை விதிக்கப் பட்டார். அலிப்புரம் சிறையில் ஆறு மாத வாசம். தண்டனை முடிவுறும் நாளன்றே மீண்டும் கைது செய்யப்பட்டு வேலூர், தஞ்சைச் சிறைகளில் மேலும் ஒன்றரையாண்டு.

விடுதலை பெற்றதும் தினமணியில் உதவி ஆசிரியர் பணியில் சேர்ந்தார். இவரது வாசிப்பு வேட்கைக்கு இது பொருத்தமான தீர்வாக அமைந்தது. பெருந்தலைவர் காமராசரின் அழைப்பின் பேரில் நியூ டைம்ஸ் என்ற ஆங்கில நாளேட்டின் ஆசிரியர் குழுவில் அங்கம் வகித்தார்.

புதிதாகத் தொடங்கப்பட்ட அரசின் செய்தி விளம்பரத் துறையில் பத்திரிகை ஆசிரியர் ஆனார். மெட்ராஸ் இன்பர் மேஷன் என்ற இதழைத் திறம்பட நடத்தினார். அதே துறைக்கு இயக்குநரும் ஆனார். தொடர்ந்து இந்திய ஆட்சிப் பணிக்கும் தேர்வானார்.

பல்வேறு அரசுப் பதவிகளில் முத்திரை பதித்தார். 1981 இல் மதுரையில் நடைபெற்ற ஐந்தாவது உலகத் தமிழ் நாட்டைச் சீரும் சிறப்புமாக நடத்த உதவி புரிந்தார். அரசின் தலைமைச் செயலாளராகப் பதவி உயர்ந்தார்.

அவரது சாதனைகளிலேயே
சிறந்தது எது என்று
கூற வேண்டுமானால்
அவர் படித்துக் குவித்த
நூல்களையும்
அவற்றிலிருந்து
திரட்டி வைத்த
குறிப்புகளையும்தான்.

ம. லெனின்

வாசிப்பது திறமை. வேகமாக வாசிப்பது விவேகம். அந்த விவேகத்தின் திரவியமாய் விளங்கினார் இவர்.

அவர் தொகுத்து உருவாக்கிய சிந்தனைச் சுரங்கம் என்ற நூலைப் படித்தால் ஆயிரக் கணக்கான புத்தகங்களின் சாரத்தை அப்படியே அள்ளிக் கொள்வதற்குச் சமம். இது (வி)வேகம் அல்லாமல் வேறென்ன?

யூஜினியா அலெக்சியென்கோ

விரல்களால் பக்கங்களைப் புரட்டும் வேகத்தை விட உங்களால் வேகமாகப் படிக்க முடியும்.

கேட்டால் நம்புவீர்களா?

நிமிடத்திற்கு 416250 வார்த்தைகளை இந்தப் பெண்ணால் படிக்க முடிகிறது. பல்வேறு அறிஞர்கள் குழு ஒன்று இந்தப் பதினெட்டு வயது மங்கையைச் சோதித்தது.

சோதனைக்காகக் கொடுக்கப்பட்ட பகுதிகளை அதற்கு முன் இந்தப் பெண் பார்க்கவே வாய்ப்பில்லாத புத்தகங்களாகத் தேர்ந்தெடுத்துக் கொடுத்தார்கள். அரசியல், இலக்கியம் என வெவ்வேறு தலைப்புகள்.

அவற்றுள் மிக மிகப் பழங்கால நூல்களும் அடக்கம்.

யூஜினியாவிற்கு இரஷ்ய மொழி மட்டுமே தெரியும்.

அதனால் பிற மொழிகளிலிருந்து இரஷ்ய மொழியில் மொழி பெயர்க்கப் பட்ட புத்தகங்களை அவர் படிக்க வேண்டும்.

அவரைக் கொண்டுபோய்த் தனி அறை ஒன்றில் உட்கார வைத்தார்கள்.

சோதிப்பதற்காக வந்த அறிஞர்கள், குறிப்பிட்ட புத்தகங்களைத் தேர்ந்தெடுத்துப் படித்து, அதில் தங்களுக்குத் தேவையான குறிப்புகளை எடுத்து வைத்துக் கொண்டிருந்தார்கள்.

எடுக்கப்பட்ட குறிப்புகளில் இரண்டு பக்கங்களைக் கையில் கொடுத்தார்கள்.

1390 வார்த்தைகள் கொண்ட அந்தக் குறிப்பை இந்தப் பெண் ஒரு விநாடியில் ஐந்தில் ஒரு பங்கிற்கும் குறைவான நேரத்திலேயே படித்து முடித்துவிட்டார். இது நீங்கள் கண்ணை இமைப்பதற்கு எடுத்துக் கொள்ளும் நேரத்தைவிடவும் குறைவானது.

அப்புறம் யூஜினியாவிடம் பற்பல புத்தகங்கள், பத்திரிகைகளைக் கொடுத்துப் படிக்கச் சொன்னார்கள். அவர் அவை எல்லாவற்றையும் ஊதித் தள்ளிவிட்டார். பெரும் தொழில் நெறிஞர்கள் எல்லாம் கூடத் திணறக் கூடிய தகவல்களை அவர் வெகு எளிதாக விவரித்தார்.

இவரிடம் இப்படியொரு திறமை இருப்பது எப்படித் தெரிய வந்தது? அது ஒரு சுவையான கதை.

யூஜினியாவின் தந்தை நிகோலாய். அவர் ஒரு முறை, செய்தித் தாள் ஒன்றிலிருந்து நீண்ட கட்டுரை ஒன்றைக் கத்தரித்துத் தன் மகளிடம் படிக்கக் கொடுத்தார். அதைக் கையில் வாங்கிப் பார்த்த பின் யூஜினியா திருப்பிக்கொடுத்துவிட்டார்.

இரண்டு நொடி கூட ஆகி இருக்கவில்லை. இந்தக் கட்டுரையைப் படித்துவிட்டதாகவும் மிகவும் சுவாரஸ்யமாக இருப்பதாகவும் தெரிவித்தார். இதைக் கேட்ட நிகோலாய் அதிர்ச்சி அடைந்து விட்டார். தனது பெண் விளையாட்டுக்காக அப்படிச் சொல் கிறாள் என்றுதான் நினைத்துக் கொண்டார்.

சரி.. நீ படித்தது உண்மை என்றால் என்னுடைய கேள்விகளுக்குப் பதில் சொல் என்று சில கேள்விகளைக் கேட்டார். கிடைத்த பதில்கள் எல்லாமே முற்றிலும் சரியாக இருந்தன.

உங்கள் தந்தையும் உங்களுக்கு இப்படியொரு வாய்ப்பை அளித்தாரா?

ம. லெனின்

வாண்டா நார்த்

வெகு காலமாகச் சாதாரண வேகத்திலேயே படித்துக் கொண்டிருந்த இந்தப் பெண்மணி திடீரென்று சாதனையாளர் ஆகிவிட்டார். எப்படி?

வேகமாகப் படிக்க முடியும் என்கிற தகவலைத் தற்செயலாகக் கேள்விப்பட்டிருக்கிறார். நாமும் ஏன் அப்படி முயற்சி செய்யக் கூடாது என்ற கேள்வி எழுந்திருக்கிறது. முயற்சி செய்து பார்ப்போமே என்று இறங்கினார்.

தன்னால் அதுவரை ஏன் வேகமாகப் படிக்க இயலாமல் இருந்தது என்பதை ஆராய்ந்து பார்த்தார். அவர் படிக்கும்போது பின்பற்றும் பழக்கங்களை ஆராய்ந்தார். சில வார்த்தைகளை இடமிருந்து வலமாகப் படித்துக் கொண்டே போவார்.

இடையில் சிறிது நிறுத்தி விட்டு மீண்டும் ஆரம்பித்த இடத்தி லிருந்தே படிப்பார். இப்படி முன்னும் பின்னுமாக ஊசலாடுவதிலேயே நிறைய நேரம் விரையமாகிறது என்பதைத் தெரிந்து கொண்டார்.

அந்தப் பழக்கத்தை ஒழித்தார். வேகமாகப் படிக்க முடிந்தது. நிமிடத்திற்கு 3000 வார்த்தைகள் என்ற வேகத்தை வெகு எளிதில் எட்டிவிட்டார்.

முதலில் நிமிடத்திற்கு 200 வார்த்தைகள். ஏழே நிமிடங்களுக்குள் இதை இரட்டிப்பாக்கினார். உண்மையாகத்தான். மெதுவாகப் படிக்கும் தனது வழக்கத்தை மாற்றவே முடியாது என்று நினைத்துக் கொண்டு இருந்தவருக்கு இது மிகப் பெரிய இன்ப அதிர்ச்சியாக இருந்தது. இதே வேகத்தில் இதற்கு முன் படித்திருந்தால் எவ்வளவு சாதித்திருக்கலாம் என்று எண்ணிக் கொண்டார். பயிற்சியைத் தீவிரமாக்கினார்.

படிப்பதை வேகப்படுத்தினார். அதன் மூலம் மிச்சப்படுத்திய நேரத்தை வேறு தேவைகளுக்குப் பயன்படுத்தினார். சாதனைகள் வளர்ந்தன. தனது திறமையை மற்றொரு துறையிலும் பயன்படுத்திக் கொள்ளத் தொடங்கினார்.

கையால் எழுதப்படும் கட்டுரைகளைப் பிழை திருத்தும் பணியை எடுத்துக் கொண்டார். வழக்கமாகப் பிழை திருத்துபவர்களைக் காட்டிலும் ஐந்து முதல் பத்து மடங்கு வேகத்தில் பிழைகளைத் திருத்த முடிந்தது.

உலக அளவில் வேகமாகப் படிப்பதில் இவர் மூன்றாவது இடத்தைப் பிடித்திருக்கிறார்.

உங்களாலும் அப்படிப் பல சாதனைகளைப் படைக்க முடியும்.

ஸீன் ஆடம்

வேகமாக வாசிப்பதில் இவர் பல சாதனைகளை எட்டியவர். இதில் ஆச்சரியம் என்னவென்றால் இவரும் மெதுவான வேகத்தில் வாசித்துக் கொண்டு இருந்தவர்தான்.

இவருடைய இளமைப் பருவம் சோதனைகள் நிரம்பியதாக இருந்தது. பார்வைக் கோளாறால் பெரிதும் அவதிப்பட்டவர் இவர். எப்படியும் இந்தக் குறையைப் போக்கியே ஆக வேண்டும் என்று முடிவு செய்த இவர் தீவிரமாகப் படிக்கத் தொடங்கினார்.

நோக்கம் என்னவோ கண்பார்வைக் குறைபாட்டை நீக்குவதுதான். அதற்காகக் கையில் கிடைத்தது எதுவாக இருந்தாலும் படிக்கத் தொடங்கினார். நிறையப் படிப்பதன் மூலம் கண்களுக்குப் பயிற்சி கொடுக்க முடியும் என்று நம்பினார். கடுமையாகப் பயிற்சி செய்தார்.

இதன் விளைவாக அவர் அதிக, அதிகமாகப் படிக்க முயற்சித்தார். வேகமாகப் படிக்கும் பழக்கம் தானாகவே ஒட்டிக் கொண்டு விட்டது.

நிமிடத்திற்கு 3850 வார்த்தைகளைச் சர்வ சாதாரணமாகப் படித்து முடித்துவிட முடிகிறது இவரால். இது ஓர் உலக சாதனை. இவர் வேகமாகப் படிப்பதற்குப் பயிற்சி அளிப்பதற்காகவே ஆல்பா இன்ஸ்டிடியூட் என்ற அமைப்பை நடத்தி வருகிறார்.

நிமிடத்திற்கு 4550 வார்த்தைகள் என்ற இலக்கை அடைய வேண்டும் என்று முயற்சித்துக் கொண்டிருக்கிறார். முயன்றால் முடியாததில்லை.

அன்டோனியோ டி மார்க்கோ மாக்லியபெக்கி

லியார்னோ டா வின்சி பிறந்த அதே ஃப்ளாரன்ஸ் என்ற ஊரில்தான் 1633 அக்டோபர் 29 அன்று பிறந்தார். குடும்பத்தில் மிகுந்த வறுமைச் சூழ்நிலை. எனவே வேலைக்குப் போக வேண்டிய கட்டாயம். பழக்கடைக்காரர் ஒருவரிடம் எடுபிடியாகச் சேர்ந்தார்.

கடையில் பொட்டலம் கட்டுவதற்காக வைத்திருக்கும் காகிதங்களைக் கூட விட மாட்டார். படித்துப் பார்ப்பார். இவரது படிப்பு ஆர்வத்தைக் கடைக்கு வரும் வாடிக்கையாளர் ஒருவர் கவனித்துக் கொண்டே வந்தார்.

அவருக்குப் புத்தகங்களை விற்பதுதான் தொழில். மாக்லியபெக்கியை அவர் தமது புத்தகக் கடைக்கு அழைத்துச் சென்றார். அங்கு கொண்டுபோய் விட்டதுதான் தாமதம். மாக்லியபெக்கி உடனே அங்கிருந்த எல்லாப் புத்தகங்களைப் பற்றிய விவரங்களையும் தெரிந்து கொண்டார். புத்தகக் கடைக்காரர் மாக்லியபெக்கியின் திறமையைக் கண்டு வியந்தார். மேலும் படிப்பதற்கு வசதி செய்து கொடுத்தார். மாக்லியபெக்கி

வேகமாகப் படிக்க சில எளிய உத்திகள்

வெகு வேகமாக எல்லாவற்றையும் படித்து முடிப்பார். நிறுத்தற்குறிகள் உள்ளிட்ட அனைத்து விசயங்களையும் நினைவில் வைத்துக் கொள்வார்.

ஒரு முறை எழுத்தாளர் ஒருவர் இவரது திறமையைச் சோதிக்க எண்ணினார். தாம் எழுதிய பகுதி ஒன்றைக் கொடுத்துப் படிக்கச் சொன்னார். மாக்லியபெக்கி அதற்கு நீண்ட நேரம் எடுத்துக் கொள்வார் என்று எதிர்பார்த்திருந்தார் எழுத்தாளர்.

ஆனால் அவரே வியப்படையும் வண்ணம் மாக்லியபெக்கி உடனே படித்துவிட்டுத் திருப்பிக் கொடுத்தார். எழுத்தாளரால் நம்பவே முடியவில்லை. அவர் மேலும் ஒரு சோதனையைச் செய்ய விரும்பினார்.

மாக்லியபெக்கியிடம் வந்தார். தாம் எழுதி வைத்திருந்த கையெழுத்துப் பிரதி காணாமல் போய்விட்டதாகப் பொய்த் தகவலைத் தெரிவித்தார். மாக்லியபெக்கி ஏற்கனவே அந்தத் தொகுப்பைப் படித்து இருந்ததால் அதிலிருந்து ஏதாவது சில பகுதிகளை நினைவூட்ட முடியுமா என்று கேட்டார்.

மாக்லியபெக்கி உடனே எழுத உட்கார்ந்தார். முழுப் புத்தகத்தையும் அரைப் புள்ளி, காற்புள்ளி உட்பட அப்படியே எழுதிக் கொடுத்தார். அசலைப் பார்த்து நகல் எடுத்திருந்தால் கூடச் சற்றுத் தாமதம் ஆகி இருக்கும். பிழைகள் ஏற்பட்டிருக் கலாம்.

ஆனால் மாக்லியபெக்கி மிக மிகச் சரியாக எழுதிக் கொடுத்தார்.

நாளடைவில் மாக்லியபெக்கி எண்ணற்ற நூல்களைப் படித்து முடித்தார். இவரது திறமையைப் பற்றிக் கேள்விப்பட்ட பல்துறை அறிஞர்களும் நாடி வந்தார்கள். தங்கள் தங்கள் துறை தொடர்பான படைப்புகளைக் கொடுத்துப் படிக்கச் செய்வார்கள்.

எப்போதாவது ஏதேனும் ஐயம் எழுந்தால் மாக்லியபெக்கியிடம் கேட்டுத் தெரிந்து கொள்வார்கள். புத்தகங்களின் ஏதாவது ஒரு பகுதியைச் சொன்னால் போதும்; முழுப் புத்தகத்தையும் அப்படியே ஒப்பித்து விடுவார் இவர்.

ம. லெனின்

இவரது திறமையை முழுமையாகப் பயன்படுத்திக் கொள்ள முன்வந்த டஸ்கனி பிரபு இவரைத் தமது சொந்த நூலகத்தைக் கவனித்துக் கொள்ளும் பொறுப்பை ஒப்படைத்தார். அந்த நூலகத்தில் பெரும் எண்ணிக்கையில் நூல்கள் குவிந்திருந்தன.

அவை அத்தனையையும் படித்து முடிக்கத் திட்டமிட்ட மாக்லியபெக்கி மேலும் மேலும் தமது வாசிப்பு வேகத்தை அதிகரிக்க முயன்றார். சாதாரண மனித சக்தியை மீறிய வேகத்தில் படிக்க ஆரம்பித்தார். ஒரு புத்தகத்தை எடுத்துப் பக்கங்களைப் புரட்ட ஆரம்பித்தால் போதும். மறு கணம் புத்தகங்களில் உள்ள அத்தனை விசயங்களையும் சொல்லத் தொடங்கிவிடுவார்.

தூங்கப் போகும் நேரத்திலும் கூட அவர் எதையாவது படித்துக் கொண்டுதான் இருப்பார். அவரது படுக்கையைச் சுற்றிலும் கனம் கனமான புத்தகங்களே அடுக்கி வைக்கப்பட்டிருக்கும். ஒவ்வொரு புத்தகத்தையும் அவர் அரை மணிக்கும் குறைவான நேரத்திலேயே படித்து முடித்துவிடுவார்.

இந்தப் பழக்கத்தை அவர் தமது இறுதிக் காலம் வரை பின்பற்றி வந்தார். தமது எண்பத்தோராவது வயதில் 1714 ஆம் ஆண்டு இயற்கை எய்தினார்.

மாக்லியபெக்கி புகழ்பெற்ற அறிஞர்களான நியூட்டன், லீப்னிட்ஸ் போன்றோர் வாழ்ந்த காலத்தில் வாழ்ந்தவர் என்பது குறிப்பிடத்தக்கது.

அசுர வேகத்தில் படிக்கும் திறமை இவருக்கு மட்டும் எப்படி வந்தது?

உங்களாலும் அந்த வேகத்தை எட்ட முடியும். ஆனால் அதற்குத் தடையாக இருப்பது எது? அந்த வேகமெல்லாம் அசாத்தியம் என்று நினைக்கிறீர்கள் பாருங்கள்..அந்த எதிர்மறை எண்ணம் தான்.

அதை முதலில் விரட்டியடியுங்கள். நீங்களும் இன்னொரு மாக்லியபெக்கிதான். சந்தேகமே வேண்டாம்.

ஜான் எப். கென்னடி

அண்மைக்கால அரசியல் தலைவர்களில் அதிவேமாகப் படிக்கக் கூடியவராக விளங்கியவர் அமெரிக்க அதிபரான ஜான் ஃபிட்ஜெரால்ட் கென்னடி.

அவர் கலந்து கொண்ட பொது நிகழ்ச்சிகளில் எல்லாம் அவரது வாசிப்பு வேகம் வெளிப்படையாகத் தெரியும். துவக்கத்தில் அவரும் சாதாரண வேகத்தில்தான் படித்துக் கொண்டு இருந்ததாகச் சொல்வார்.

அதன்பின் வேகமாகப் படிப்பதற்கான முயற்சிகளை மேற்கொண்டு பயிற்சிகளை எடுத்துக் கொண்டார்.

விடா முயற்சியோடு முயன்றதன்விளைவாக அவர் நிமிடத்திற்கு 1000வார்த்தைகள் வரையிலான வேகத்தை எட்டினார்.

ம. லெனின்

அவருடைய பணியின் தன்மை காரணமாக ஒவ்வொரு நாளும் பல்வேறு வகைப்பட்ட விசயங்களைப் படித்துத் தெரிந்து கொள்ள வேண்டி இருந்தது. இதற்காகவே அவர் ஒவ்வொரு துறை தொடர்பான தகவல்களையும் வெவ்வேறு வேகங்களில் படிப்பதற்குப் பழகிக் கொண்டார்.

ஆட்சி செய்பவர்களுக்கே இப்படி அதிவேகம் தேவைப்படுகிறது என்றால் அறிவை வளர்த்துக் கொள்ள நினைப்பவர்களுக்கு?

பேராசிரியர் சி.லோவெல் லீஸ்

இவர் அமெரிக்காவில் உள்ள உட்டா பல்கலைக் கழகத்தில் பேச்சுத் துறைப் பேராசிரியராகப் பணியாற்றியவர். இவருக்கே நீண்ட காலம் ஒரு விசயம் தெரியாது. அதாவது அவரால் வெகு வேகமாகப் படிக்க முடிகிறது என்பது.

ஈல்வின் உட் என்று ஒரு மாணவி. லீஸிடம் படித்து வந்தவள். அந்தப் பெண் தனது ஆய்வுக் கட்டுரையை லீஸிடம் கொடுத்தாள். அது எண்பது பக்கங்களைக் கொண்டிருந்தது. பேராசிரியர் தமது ஒய்வு நேரத்தில் நிதானமாகப் படித்துக் கருத்துத் தெரிவிக்கட்டும் என்று நினைத்து உட் அவரிடம் கொடுத்துவிட்டு நின்றாள்.

லீஸ் அந்தத் தொகுப்பை வாங்கினார். பத்தே பத்து நிமிடங்களுக்குள் படித்துத் திருத்தி, மதிப்பெண் கொடுத்துவிட்டுப் போய்விட்டார். உட்டுக்கோ வியப்பான வியப்பு. உண்மையிலேயே அவர் படித்துப் பார்த்துத்தான் மதிப்பெண்அளித்தாரா அல்லது சும்மாவேனும்நடித்தாரா என்று அந்தப் பெண்ணுக்குச் சந்தேகம்.

அப்போது அவள் அதைப் பற்றி எதையுமே கேட்கவில்லை. சிறிது காலம் கழித்து இது குறித்துப் பேராசிரியரிடம் பேச்சுக் கொடுத்தாள். பேராசிரியர் அவரது கட்டுரையை அக்கு வேறு ஆணி வேறாக அலசினார்.

நிறைகளைப் பாராட்டினார். குறைகளைச் சுட்டிக் காட்டினார். முழுக்க முழுக்க ஆழமாகப் படித்துத் தெரிந்து கொண்டிருந் தாலன்றி அது சாத்தியமே இல்லை. லீஸால் முடிந்தது.

உட் ஒரு கணக்குப் போட்டாள். ஒரு பக்கத்திற்கு 200 முதல் 250 வார்த்தைகள் இருப்பதாக எடுத்துக் கொள்வோம். 80 பக்கங்களுக்கு மொத்தம் 20000 வார்த்தைகளாவது வரும். அவற்றைப் பத்து நிமிடத்திற்குள் படித்து முடிப்பது என்றால்?

நிமிடத்திற்கு 2500 வார்த்தைகளுக்கு மேல் அவர் படித்திருக்கிறார் என்றுதானே அர்த்தம்? தனது பேராசிரியரின் திறமையால் ஈர்க்கப்பட்ட அந்தப் பெண் அதே பல்கலைக் கழகத்தில் வேகமாகப் படிப்பதற்குப் பயிற்சி அளிக்கும் நிலைக்கும் உயர்ந்தார்.

பிறகு தானே அத்தகைய பயிற்சி நிலையம் ஒன்றை உருவாக்கி நடத்தத் தொடங்கினார்.

ஜான் ஸ்டூவர்ட் மில்

பெற்றோர் தரும் ஊக்கம் பிள்ளைகளைப் பெரியவர்களாக ஆக்கும். இதற்கு எடுத்துக்காட்டாகத் திகழ்ந்தவர்தான் ஜான்ஸ் டூவர்ட் மில். இங்கிலாந்தின் மாமேதைகளுள் ஒருவராகத் திகழ்ந்தவர்.

எந்தப் புத்தகத்தையும் இவர் ஒருமுறை பார்த்தாலே போதும். அதை அப்படியே திருப்பிச் சொல்லக் கூடிய ஆற்றல் பெற்றவராக இருந்தார். அவ்வளவு வேகமாக எதையும் உள் வாங்கிக் கொண்டு பயன்படுத்தும் திறம் அவருக்கு இருந்தது.

இந்தத் திறமையை அவரிடம் வளர்த்தவர் அவருடைய தந்தையார்தான் என்றால் மிகையாகாது. மில்லின் தந்தை ஒரு கல்லூரிப் பேராசிரியராக விளங்கியவர். தனது மகனுக்குத் தக்க பயிற்சிகளை அளிப்பதில் பெரும் ஆர்வம் கொண்டவர் அவர்.

வெளியில் இருந்து வீடு திரும்பும் போது ஏதாவது ஒரு புத்தகத்தை வாங்கிக் கொண்டு வந்து மில்லுக்கு அன்பளிப்பாகக் கொடுப்பார். அத்துடன் ஒரு சிறு கோரிக்கையையும் முன் வைப்பார்.

இந்தப் புத்தகத்தை எடுத்துக் கொண்டு போ. அதோ அந்த அறையில் உட்கார்ந்து படி. எவ்வளவு நேரம் வேண்டுமோ எடுத்துக் கொள். நீ இந்தப் புத்தகத்திலிருந்து என்ன தெரிந்து கொண்டாய் என்பதை என்னிடம் வந்து சொல் என்பார்.

மில்லும் அவ்வாறே புத்தகத்தை எடுத்துக் கொண்டு தனி அறைக்குச் செல்வார். படிப்பார். தான் படித்த விசயங்களைத் தந்தையுடன் விவாதிப்பார்.

தந்தை அளித்த ஊக்கம் மில்லை வெகு வேகமாகப் படிக்க வைத்தது. ஒரு புத்தகத்தைக் கையில் எடுத்தால் அதை எவ்வளவு விரைவாகப் படிக்க முடியுமோ படித்துவிட்டுத்தான் மறு வேலை பார்ப்பார்.

இந்தப் பழக்கம் நாளுக்கு நாள் வளர்ந்தது. மில் வேகமாகப் படிப்பதில் வித்தகர் ஆனார்.

மில்லைப் போலவே நீங்களும் படிக்கலாம். உங்கள் பெற்றோரிடம் புத்தகங்களை வாங்கித் தரச் சொல்லலாம். படித்ததை அவர்களோடு விவாதிக்கலாம். நண்பர்களிடமும் விளக்கலாம்.

நீங்கள் பெற்றோராக இருப்பீர்களேயானால் மில்லின் தந்தை செய்ததைப் போலவே நீங்களும் உங்கள் பிள்ளைகளை முன்னேற்றுவதற்கு முயன்று பார்க்கலாம். எதையும் திரும்பத் திரும்பச் செய்வதே எந்தச் சாதனைக்கும் அடிப்படை.

பிராங்க்ளின் டி. ரூஸ்வெல்ட்

பெரும் நாடுகள். பெரும் அரசியல் தலைவர்கள். இந்தப் பட்டியலில் மிக வேகமாகப் படிக்கக் கூடியவர்களை வரிசைப்படுத்துங்கள். அமெரிக்க அதிபராக விளங்கிய பிராங்க்ளின் டி. ரூஸ்வெல்ட்டின் பெயர் கண்டிப்பாக அதில் இடம் பெறத்தான் செய்யும்.

ரூஸ்வெல்ட் ஒரு பத்தியைக் கண்ணால் பார்த்த உடனேயே அதை நினைவில் வைத்துக் கொள்ளக் கூடிய ஆற்றல் பெற்றவராக விளங்கினார். எந்தப் புத்தகத்தையும் அவர் கையில் எடுத்த பிறகு படித்து முடிக்காமல் கீழே வைத்தது கிடையாது.

இத்தனைக்கும் ஆரம்ப முதலே ரூஸ்வெல்ட் வேகமாகப் படித்து வந்தவர் கிடையாது. மெதுவாகப் படித்துக் கொண்டிருந்த அவர் வேகமாகப் படிப்பதற்கு முயற்சி எடுத்துக் கொண்டார். கடினமாகப் பயிற்சி செய்தார்.

முதலில் அவர் எப்படி ஆரம்பித்தார் தெரியுமா? ஒரு முறை பார்த்தவுடன் எத்தனை வார்த்தைகளை உள் வாங்கிக் கொள்ள முடிகிறது என்று கணக்கிட்டார். அது மிக மிகக் குறைவான எண்ணிக்கைதான்.

நான்கு, நான்கு வார்த்தைகளாக எடுத்துக் கொண்டார். ஒரு முறை பார்த்ததும் அந்த நான்கு வார்த்தைகளையும் படித்து முடித்து வேகமாக மனதுக்குள் நிறுத்திக் கொள்ளப் பயிற்சி எடுத்துக் கொண்டார்.

பிறகு நான்கு என்ற எண்ணிக்கையை ஆறு என உயர்த்தினார். அதன்பின் ஆறு, எட்டானது. இப்படிப் படிப்படியாகத் தமது வேகத்தை அதிகரித்துக் கொண்டே வந்தார். வார்த்தைகள் என்ற கணக்கில் இருந்து முன்னேறி வரிகளைக் கணக்கில் எடுத்துக் கொள்ளத் துவங்கினார்.

ஒரே பார்வையில் இரண்டு வரிகளைக் கடந்தார். சிறு சிறு பத்திகளுக்கு விரிவாக்கினார். வெகு வேகமாகவும் வளைவு நெளிவாகவும் பார்வையை ஓட விடுவார். பார்ப்பதைப் படித்தது ஆக்குவார். அவர் பின்பற்றிய அதே முறையைத்தான் இன்றைய வேகப் படிப்புச் சாதனையாளர்களும் பின்பற்றுகிறார்கள் என்றால் பார்த்துக் கொள்ளுங்களேன்.

நீங்கள் எத்தனை வார்த்தைகளில் ஆரம்பிக்கப் போகிறீர்கள்?

சாதனையாளர்கள்...

மிகப் பெரிய சாதனைகளைப் படைத்த கலைஞர்கள், அரசியல்வாதிகள், அறிவியல் அறிஞர்கள் போன்றவர்கள் சராசரியாக நிமிடத்திற்கு 1000 வார்த்தைகள் என்ற வேகத்தில் வாசிக்கக் கூடியவர்களாக இருக்கிறார்கள். உங்களால் அவர்களை மிஞ்ச முடியும்.

ஜான் ஸ்டூவர்ட் மில். உலகின் அதிமேதைகள் வரிசையில் 90வது இடத்தைப் பிடித்தவர். இவர் ஒரு பக்கத்தை ஒரு முறை பார்த்தால் போதும். அப்படியே நினைவில் வைத்துக் கொள்ளும் திறத்தைப் பெற்றிருந்தார். உங்களாலும் அப்படிச் செய்ய இயலும்.

அமெரிக்கக் குடியரசுத் தலைவராக இருந்த பிராங்க்ளின் டி ரூஸ்வெல்ட் ஒவ்வொரு பத்தியாக நினைவில் ஏற்றிக் கொள்வார். ஒரு புத்தகத்தைக் கையில் எடுத்தால் அதைப் படித்து முடித்து விட்டுத் தான் கீழே வைப்பார். உங்களுக்கும் இந்தக் கலை கை வரும்.

பேராசிரியர் சி லோவெல் லீஸ் என்பவர் நிமிடத்திற்கு 2500 வார்த்தைகளைப் படித்துப் புரிந்து கொள்ளும் ஆற்றல் கொண்டவராக இருந்தார்.

அமெரிக்காவின் உட்டா பல்கலைக் கழகத்தில் பேச்சுத் துறைக்கு இவர்தான் தலைவராக இருந்தார். நீங்கள் இவரைப் போல் சாதிக்கலாம்.

அமெரிக்க அதிபர் ஜான் பிட்ஜெரால்ட் கென்னடி பயிற்சியின் மூலமே தனது திறமையை வளர்த்துக் கொண்டவர். நிமிடத்திற்கு 284 வார்த்தைகளைப் படிக்கும் திறனில் ஆரம்பித்து 1000 வரை சென்றவர் இவர். நீங்களும் பயிற்சி எடுத்துக் கொண்டால் முடியும்.

ஸீன் ஆடம். வேக வாசிப்பில் உலக சாதனை படைத்தவர். தனது சாதனையைத் தானே முறியடித்தவர். இவரது வேகம் நிமிடத்திற்கு 3850 வார்த்தைகள். பிறகு இது 4550 என்ற அளவை எட்டியது. உங்களாலும் இப்படிச் சாதனை படைக்க முடியும்.

வேகமாக வாசிப்பதற்கான பன்னாட்டு அமைப்பு ஒன்று இயங்கி வருகிறது. இதில் தலைமைப் பொறுப்பை ஏற்றிருந்தவர் வாண்டா நார்த் என்ற பெண்மணி. படிக்கும் வேகத்தைச் சில நிமிடங்களுக்குள்ளாகவே கிடுகிடுவென்று உயர்த்திவிடுவார். இவரிடமிருந்து கற்றுக் கொள்ளுங்கள்.

உங்கள் விழிகளில் 13 கோடி ஒளி வாங்கிகள் இருக்கின்றன. ஒவ்வொரு வாங்கியும் ஒரு நொடிக்கு 5 போட்டான் என்ற அளவில் ஒளிக் கற்றைகளை உள்வாங்கிக் கொள்ளும் திறன் கொண்டது. உங்களிடம் எத்தனை மகத்தான கருவி இருக்கிறது என்பதைப் புரிந்து கொண்டீர்களா?

உங்கள் கண்களுக்கு உள்ள ஆற்றலை உணர்ந்திருக்கிறீர்களா? உங்களால் ஒரு கோடிக்கும் அதிகமான எண்ணிக்கையில் வெவ்வேறு வண்ணங்களைப் பிரித்து வேறுபாடு காண முடியும். இந்தத் திறனை எதற்காகப் பயன்படுத்துகிறீர்கள் என்பதை ஆராயுங்கள்.

ஒரு நொடிக்கும் குறைவான நேரத்திற்குள் உங்கள் கண்ணில் விழும் வெளிச்சத்தை உணர்ந்து பகுப்பாய்வு செய்து புரிந்து

கொள்ளும் திறன் ஒரு பில்லியன் வரையிலான தகவல்களைக் கையாளும் அளவுக்கு உள்ளது. இதை முழுமையாகப் பயன்படுத்துகிறீர்களா?

உங்கள் கண்களைப் போலவே செயல்படக் கூடிய சாதனம் ஒன்றை உருவாக்க வேண்டுமா? அதற்கு ரூ. 350 கோடி செலவு பிடிக்கும் என்று சுவிட்சர்லாந்தில் உள்ள சொர்ன் ஆய்வகம் தெரிவிக்கிறது. நீங்கள் எத்தனை மதிப்பு மிக்க கருவிகளைக் கொண்டிருக்கிறீர்கள் என்பதை உணர்ந்திருக்கிறீர்களா?

உங்கள் கண்களைப் போலவே செயல்படும் வகையிலான சாதனம் ஒன்றை உருவாக்க முனைந்தால் அது எவ்வளவு பெரிதாக இருக்கும் தெரியுமா? ஒரு பெரிய வீட்டு அளவுக்கு வரும். உங்களிடம் எத்தனை ஆற்றல் மிக்க கருவிகள் இருக்கின்றன என்பதை உணர்ந்து மகிழுங்கள்.

உங்களிடம் உள்ள மூளை செல்களின் எண்ணிக்கையை எழுதிக் கொள்ளுங்கள். 1,000,000,000,000. இவை ஒவ்வொன்றும் தங்களுக்குள் ஏற்படுத்திக் கொள்ளும் இணைப்புகளைக் கணக்கிலெடுப்பது இயலாத காரியம். நீங்கள் எவ்வளவு திறமை மிக்க இயந்திரம் என்பது புரிகிறதா?

தட்டச்சு செய்யப்பட்ட ஒரு 0 எவ்வளவு நீளத்தை அடைத்துக் கொள்கிறது? இதைப் போல் ஒரு கோடி கிலோ மீட்டர் நீளத்திற்கு 0களைப் போடுங்கள். முன்னால் ஒரு 1ஐச் சேருங்கள். இதுதான் உங்கள் மூளை செல்கள் ஏற்படுத்திக் கொள்ளக் கூடிய இணைப்புகளின் எண்ணிக்கை. நீங்கள் எப்பேர்ப்பட்டவர்?

விநாடிக்கு 40 கோடி கணக்கீடுகளைச் செய்ய வல்லது கிரே என்ற கணினி. இதனை 100 ஆண்டுகளுக்குத் தொடர்ந்து இயக்கினால் எத்தனை கணக்கீடுகளைச் செய்யுமோ அது அத்தனையையும் உங்கள் மூளை ஒரே ஒரு நொடியில் செய்து விடும். நீங்கள் அசகாய சூரர்.

உலகின் முதல் பத்து வேக வாசிப்பாளர்கள் வரிசையில் பத்தாம் இடத்தில் இருப்பவர் பிரான்க் வான் டிர் போல் என்ற நெதர்லாந்துக்காரர். இவரால் நிமிடத்திற்கு 1560 வார்த்தைகளைப் படிக்க முடியும். உங்களால்?

வேக வாசிப்பாளர்கள் தர வரிசையில் உலகிலேயே ஒன்பதாம் இடத்தில் இருப்பவர் ஜேம்ஸ் லாங் வொர்த் என்ற இங்கிலாந்துக்காரர். இவர் நிமிடத்திற்கு 1750 வார்த்தைகளை வாசிக்கிறார். இவரைப் பின்னுக்குத் தள்ள நீங்கள் முயற்சிப் பீர்களா?

உலகின் எட்டாவது அதிவேக வாசிப்பாளர் சின்னமன் ஆடம் என்ற அமெரிக்கர். நிமிடத்திற்கு 1782 வார்த்தைகள் என்பது இவரது சாதனை. ஏழாம் இடமும் மிக்கேல் ஜே. கெல்ப் என்ற அமெரிக்கருக்கே. இவரது வேகம் 1805 வார்த்தைகள். நீங்கள் இவர்களை முந்துவீர்களா?

1906 வார்த்தைகள் என்ற வேகத்துக்குச் சொந்தக்காரர் லக் வான் ஹாஃப். இவருக்கு ஆறாவது இடம். ஐந்தாமிடம் 2100 என்ற வேகத்தோடு இருக்கும் மித்தைம்மா கோர்க் என்பவருக்கு. நான்காம் இடம் கிரிஸ் வான் ஆகென்னுக்கு. 2520. இவர்கள் எல்லாரும் நெதர்லாந்துக்காரர்கள். இந்தியர்கள்?

இங்கிலாந்தின் வாண்டா நார்த் நிமிடத்திற்கு 3000 வார்த்தைகளைப் படிக்கக் கூடிய இங்கிலாந்துக்காரர். உலக வரிசையில் மூன்றாம் இடத்தைப் பிடித்திருப்பவர். 3001 வார்த்தைகளை எட்டினால் நீங்கள் அந்தச் சாதனையை உடைத்துவிடலாம்.

ஜெட்டில் குன்னார்சன். நார்வே நாட்டவர். மூன்றாம் இடத்தில் இருப்பவரை விட ஐம்பதே வார்த்தைகளை அதிகம் வாசிக்கும் திறமையைப் பெற்று இரண்டாம் இடத்தைப் பிடித்துவிட்டார். உங்களுக்கும் அவருக்கும் இருக்கும் இடைவெளியைக் குறைக்கலாமா?

அமெரிக்காவின் ஸீன் ஆடம் நிமிடத்திற்கு 3850 வார்த்தைகள் என்ற வேகத்தோடு உலகின் முதல் இடத்தில் இருக்கிறார். ஆண்டுதோறும் வேக வாசிப்புச் சாதனைக்கான போட்டிகள் நடத்தப்படுகின்றன. நீங்களும் கலந்து கொள்ளலாமே.

எந்தத் தச்சன் கெட்டிக்காரன் என்பதல்ல கேள்வி. எவன் அதிகம் இழைத்துத் தள்ளுகிறானோ அவனையே திறமை

யானவன் என்பேன் என்றான் ஆர்தர் கிடார்மேன். நீங்கள் படித்துத் தள்ளுவதைப் பொருத்துத்தான் மதிப்பிடப்படுவீர்கள்.

நீங்கள் திறமையானவர் என்பதை உலகம் எப்போது ஏற்றுக் கொள்ளும்? அதை நீங்கள் அடைந்த பிறகுதான். பாப் எட்வர்ட்ஸ் உங்களுக்காகவே இதைக் கூறி இருப்பதாக எடுத்துக் கொள்ளலாம். உங்கள் திறமையை வேக வாசிப்பில் காட்டுங்கள்.

இன்னும் வேகம்..இன்னும் வேகம் என்று என்னை விரட்டி வேலை வாங்க நினைப்பவர்களுக்கு நான் இதைத்தான் பதிலாகச் சொல்வேன் - இதைவிட மெதுவாகத்தான் செய்ய முடியும் என்று சொன்னான் கிளென் ஃபோர்ட். நீங்கள் இன்னும் வேகமாகச் செய்வேன் என்று படிக்க ஆரம்பிக்கலாமே.

ஒவ்வொன்றைப் பற்றியும் எல்லா விசயங்களையும் நாம் அறிந்து கொள்ள முடியாது. ஆனால் ஒவ்வொன்றைப் பற்றியும் கொஞ்சமாவது தெரிந்து வைத்துக் கொள்ள வேண்டியது அவசியம் என்ற பிளெய்ஸ் பாஸ்கலின் அறிவுரையைப் பின்பற்ற நிறைய, வேகமாகப் படியுங்கள்.

நெப்போலியன் போனபார்ட் என்ன சொன்னான் தெரியுமா? மனிதர்கள் தங்கள் தேவைகளைப் பற்றி மட்டுமே சிந்தித்துக் கொண்டு இருக்கிறார்கள்.. தங்களது திறமைகளைப் பொருட் படுத்தாமலேயே என்று. நீங்கள் உங்கள் திறமையை வேக வாசிப்பில் காட்டினால் தேவைகள் தன்னால் நிறைவேறும்.

உலக வரலாறு முழுவதையும் ஒருவரியில் சொன்னான் லியோனார்ட் லூயிஸ் லெவின்சன். வரலாறு என்பது ஆதாமிலிருந்து தடுக்கி அணுவில் விழுந்தது என்று. உலக வரலாறு முழுவதையும் அப்படி ஒரு நொடியில் படிப்பது வேக வாசிப்புதானே?

ஆன்டன்செகாவ் சொன்னான்: மனிதன் தன்னைப் பற்றி எதை நம்பிக் கொண்டு இருக்கிறானோ அதுவாகத்தான் இருப்பான். நீங்கள், உங்களால் வேகமாக வாசிக்க முடியும் என்று நம்பிக் கொண்டு இருந்தால் அப்படியே செய்ய முடியும்.

நம்பிக்கையின் ஆணிவேர் பழக்கம். பழக்கத்தின் மூலமாகவே நம்பிக்கையை நனவாக்கலாம் என்றான் சார்லஸ் எஸ்.பியர்ஸ். நீங்கள், வேகமாகப் படிக்கும் பழக்கத்தை உருவாக்கிக் கொண்டாலே உங்களால் வெகு வேகமாகப் படித்துவிட முடியும்.

●